అనుబంధాలు..

ప్రతి బంధకాలు.!!

కథా సంపుటి.

డా. ప్రతిభా లక్ష్మి

H.S.R.A PUBLICATIONS

Published by

HSRA Publications 2022

#02, Sri Annapoorneshwari Nilaya, 1ˢᵗ Main,

Byraveshwara Nagar, Laggere,

Bangalore – 560058

Sales Headquarters – Bangalore

ISBN : 978-93-5506-191-1

First Edition 2022

No. of Pages - 124

Rs. 200 /-

ముందు మాట

ఆత్మీయ కథలు

- బి ఎస్ రాములు

సామాజిక తత్వవేత్త

8331966987

డాక్టర్ ప్రతిభా లక్ష్మి గారి రెండవ కథల సంపుటి ' అనుబంధాలు- ప్రతిబంధకాలు'లో పది కథలున్నాయి. చివరి కథ 'బంధాల బందీ' నేటికాలంలో నవలిక అనికూడ అనవచ్చు.

రచయిత్రి లక్ష్మి గారికి కథలు రాయడంలో ఒక స్పష్టమైన లక్ష్యం ఉంది. మానవ సమాజం మానవీయంగా మారాలి. అందరూ కష్టపడి ఆనందంగా జీవించాలి. పరోపకారం, స్నేహం, ప్రేమ, ఆత్మీయత, అనురాగాలు, అనుబంధాలతో బతకాలి. చేసిన పొరపాట్లు , జరిగిపోయిన వాటికి పశ్చాత్తాపం చెంది నూతన మానవులుగా ఎదగాలి. అందరు బాగుండాలి. అందులో మనముండాలి. మహిళలకు అందరితో సమానంగా గౌరవం ఉండాలి. సమానంగా చూడాలి. మహిళల మనస్సును హృదయాన్ని అర్థం చేసుకునే సహృదయత ఉండాలి. జీవితంలో ఎదగాలి , ఎదగనీయాలి. అందుకు తోడ్పడాలి. తోడై నిలవాలి. వారి భావాలను గౌరవించాలి . అనేవి ఈ కథలు రాయడం లోని లక్ష్యం.

మౌలికంగా డా. ప్రతిభా లక్ష్మి గారిది సున్నితమైన మనస్సు. పేదల పట్ల , పేద రోగుల పట్ల కరుణార్ద్ర హృదయంతో ఉస్మానియా హాస్పటల్ లో సేవ చేస్తున్నారు. డాక్టర్ గా ఎదుర్కొనే విశ్రాంతి లేని జీవితం, మోసే నిందలు, ఎంత సేవ చేసినా తరగని రోగులు గురించి ప్రత్యక్ష అనుభవాలు జోడించి ' వైద్యుడి వేదన' అనే కథలో ఆర్ద్రంగా చిత్రించారు.

రచయిత్రి ఊహా శక్తికి, కల్పనా చాతుర్యానికి మచ్చు తునక 'జాలరి జీవనం ' కథ.

'బంధమా ప్రతి బంధకమా!! ' స్త్రీ పురుష అసమానతలను , అణిచివేత ను చిత్రిస్తుంది. పెళ్లి అనేది అనుబంధంగా కాకుండా బలవంతపు బంధంగా మహిళల జీవితానికి ప్రతిబంధకంగా సాగుతున్న తీరును చిత్రిస్తుంది.

ఏక పక్షంగా ఇష్టపడడం , ప్రేమించడం , తనలో తాను బాధ పడడం గురించి, రొమాంటిసిజం, భావ కవిత్వం, కథలు , కాల్పనిక సాహిత్యం విశ్వజనీనమైంది. ఊహా ప్రేయసిని సంబోధించి విషాద గీతాలు రాశారు. అంత వరకు ఫరవా లేదు. ఆ దశ అధిగమించి నేను ప్రేమించాను. నువ్వు ప్రేమిస్తావా లేదా? అనే పైత్యం ముదిరి పోయి ఆసిడ్ దాడులకు తెగబడడం జరుగుతున్నది. ఇలాంటి యువతీ యువకుల మధ్య ప్రేమ, పగ , కసిగా మారినపుడు జరిగే అనర్థాలు ఎన్నో! ఆ అనర్థాలకు తాను చేసిన పనికి పశ్చాత్తాపంతో బాధితులకు సేవ చేయాలనే ఆశతో రాసి ఆదర్శీకరించిన కథ 'అనుకోని అగాధం'.

చిన్నప్పటినుండి ఆడపిల్లలు ఎన్ని రకాల వేధింపులకు గురవుతారో అనేక కోణాలను చిత్రించిన కథ 'యత్ర నార్యస్తు పూజ్యతే ' . జూదంలో భార్య ను ఫణంగా పెట్టే ఆధునిక ధర్మ రాజులున్నారని ఈ

కథ తెలుపుతుంది. ఆధునిక మహిళ అలాంటి భర్తల వల్ల ఎదురైన సమస్యలను ఆత్మరక్షణతో అడ్డుకున్న తీరును ఉత్కంఠ శైలిలో అద్భుతంగా చిత్రించారు రచయిత్రి.

అందమైన 64 కళలను సంస్కృతం లో చతుష్షష్టి కళలు అంటారు. చోర విద్య కూడా అందులో ఒకటి. ఆ విద్య ఒక గొప్ప కళ ఎలా అవుతుందో చోర హృదయావిష్కరణం చేశారు 'సరిలేరు మాకెవ్వరూ' కథలో. చోరులు ఎన్ని లక్షల మందికి ఉపాధికి ఆలంబన అయ్యారో, చోరులు లేక పోతే లక్షలాది మంది ఉపాధి ఎలా కోల్పోతారో 'చోర శిఖామణి' నోట పలికించిన తీరు ఆశ్చర్యం గొలుపుతుంది. చివరకు నిజమే కదా అనిపిస్తుంది.

ఆధునిక టెక్నాలజీ, ఆన్లైన్ క్లాసులతో అందమైన ప్రేమ కథ అల్లిన తీరు బాగుంది. ఈ కథ పేరు 'ఆన్ లైన్ అలజడి'. అందమైన ఆహ్లాదకరమైన ప్రేమలు ఎలా ఉంటాయో , ఎలా ఉండాలో రుచి చూపించే కథ ' తొలివలపు'.

ఒక మంచి నాన్న, ఒక మంచి ప్రేమికుడు ఎలా ఉంటాడో ' పితృదేవోభవ' కథలో చిత్రించారు. తనకన్నా ప్రేమ సాకారం కాని స్నేహ జీవితాన్ని వదిలేయడం, అవన్నీ తట్టుకొని మనిషి ఎలా నిలబడుతాడో చిత్రించిన పెద్ద కథ పితృదేవోభవ.

బంధాలు -ప్రతిబంధకాలు కథల సంపుటిలోని కథలు వస్తు వైవిధ్యంతో అలరారుతున్నాయి. కొన్ని కథలు సంభాషణలతో, కొన్ని కథలు నివేదనలతో, చకచకా ముందుకు సాగుతాయి. రచయిత్రికి సమకాలీన సమాజం పట్ల ఒక స్పష్టత ఉంది. ఈ సమాజం లోని ప్రతిబంధాకాలను అధిగమించి మహిళలు ధైర్య సాహసాలతో జీవితం పట్ల ఆశా విశ్వాసాలతో ముందుకు సాగాలని ఈ ఒక ఆదర్శ సమాజాన్ని ప్రేమ, కుటుంబ సంబంధాలు , స్నేహాల పరిధిలో చక్కగా చిత్రించాయి. ఈ కథలు మంచిని పెంచే ఆత్మీయ కథలు. ఈ కథలను యువతీ యువకులు చదవడం ద్వారా వారి వ్యక్తిత్వం, సౌశీల్యత వికాసం చెందుతుంది.

చక్కని కథలు రాసిన డాక్టర్ ప్రతిభా లక్ష్మి గారికి హృాయ పూర్వక అభినందనలు.

హైదరాబాద్

25-2-2022

ముందు మాట

డా. సమ్మన్న ఈటల
కార్యనిర్వహన అధ్యక్షులు
తెలుగు సాహిత్య కళా పీఠం

ప్రతిభ కుటుంబానికి మా కుటుంబానికి మధ్య తరాల బంధుత్వం. వరుసకు తను నాకు కోడలు. మూడు దశాబ్దాల క్రితం హన్మకొండలో మాచే నడపబడిన నవయుగ పాఠశాలలో చదివిన విద్యార్థిని. ఆ సమయంలో మొదటి ర్యాంక్ విద్యార్థినిగా ఉంటూ, పాఠశాలలో నిర్వహించబడిన పోటీలన్నింటిలో చురుకుగా పాల్గొంటూ, మొదటి స్థానంలో నిలుస్తూ, బహు ముఖీనమైన ప్రతిభా పాఠవాలతో, పాఠశాలనందు బెస్ట్ ఔటగోయింగ్ స్టూడెంట్ గా గుర్తింపు పొందిన ప్రతిభాశాలి.

ఈనాడు దేశంలోని ఒక ప్రముఖ ప్రభుత్వ వైద్యశాల అయిన, ఉస్మానియా వైద్య కళాశాలలో అసిస్టెంట్ ప్రొఫెసర్ గా పని చేస్తూ, తన వైద్య సేవలను హాస్పిటల్ లో అందించడంతో పాటు, అనేక పాఠశాలల్లో, కాలేజీలందు తన సామాజిక స్పృహతో అవగాహనా సదస్సులు నిర్వహిస్తూ, సామాజిక, ప్రింట్, ఎలెక్ట్రానిక్ మాధ్యమాల ద్వారా, మహిళా సాధికారత కోసం పాటు పడుతూ, 'వీ ఫర్ ఉమెన్' అనే సంస్థను నడిపిస్తున్న అభ్యుదయ వాది.

ప్రతిభలో మరో విశేషం దాగి ఉంది. అది సాహిత్య పార్శ్వం. నిత్య చైతన్య శీలిగా తన ఆలోచనలని భావాలని కవితలుగా, కథలుగా రాస్తున్న, సృజన శీలి. ప్రతిభ ప్రస్తుతం తన రెండవ కథా సంపుటి, 'అనుబంధాలు ప్రతిబంధకాలు' మన ముందుకు తీసుకురానుంది. దానికి నన్ను ముందు మాట రాయవలసిందిగా అడిగినప్పుడు,

నాకు ఒకింత ఆశ్చర్యం, ఒకింత ఆనందం కలిగినాయి. అదో వైవిధ్య భరితమైన కథా సంపుటి.

ప్రకృతిలో సంభవించిన ప్రత్యేక పరిస్థితుల్లో ఆన్లైన్ లో కొనసాగిన ప్రేమల గురించి, కొరియర్ లో అందే బహుమతుల గురించి వివరించే కథ 'ఆన్లైన్ అలజడి'.
ఆసిడ్ దాడికి గురైన ఒక మహిళ మనోవేదన గురించి రాసిన 'అనుకోని అగాధం', నేటి సమాజంలో నిత్యం మనం చూస్తున్న సంఘటనలకు అద్దం పడుతుంది. యుక్త వయసులో కలిగే ప్రేమలు అదుపు చేసుకోలేని ఆవేశాలు, వాటి పర్యవసానాలు. మనోజ్ పాత్ర తన హృదయ వైశాల్యాన్ని చాటుతోంది.
జాలరుల జీవన విధానాన్ని, వారి ఊహలు, భయాలను, మనిషిపై ఇతర జీవాల అభిప్రాయాన్ని గూర్చి జరిగిన చర్చల గురించి తెలిపే కథ, 'జాలరి జీవనం' పంచతంత్ర కథల్ని తలపింపచేస్తుంది
నేటి పురుషాధిక్య సమాజంలో, భార్యల మనసుతో ప్రమేయం లేకుండా కామ వాంఛ తీరుకునే భర్తల ప్రవర్తనని, భార్యలు అనుభవించే మనోక్షోభని 'బంధమా ప్రతి బంధకమా' లో వివరించిన తీరు బాగుంది. ఇదే అంశం నేటి న్యాయ వ్యవస్థలలో చర్చకు దారి తీసింది.

తరవాత, దొంగల గురించి, దొంగతనం కూడా ఒక కళే అని, దానిని కూడా గుర్తించాలి అని హాస్య రసాన్ని జోడించి చెప్పిన 'సరి లేరు మాకెవ్వరు' సరదాగా ఉంది.
యవ్వనోద్వేగంలో కలిగే రొమాంటిక్ ఊహల గురించి వాటి అనుభూతుల గురించి రాసినది 'తొలి వలపు'. ఒక కూతురిపై కన్న తండ్రికి ఉండే సహజ సిద్ధమైన ప్రేమ, వాత్సల్యాన్ని తెలిపే 'పితృదేవో భవ' కథ. ఊహించని పరిణామానికి, తన కాలు కోల్పోయిన, తన తండ్రి ఇచ్చిన ప్రేరణతో, లక్ష్య సాధనలో ఎదురైన అవరోధాలన్నింటిని అధిగమించి, కృషి, పట్టుదల సంకల్ప బలం ఉంటే, సాదించలేనిది ఏదీ లేదని నిరూపించే ఓ ప్రేరణాత్మక కథ.

తరవాత 'వైద్యుడి వేదన'. బహుశా ఇది తన అనుభవమేమో. వృత్తి ధర్మంగా తాను ఒక చిన్నారి పాపాయికి వైద్యం చేస్తున్నప్పుడు పొందిన మనో వేదన, తన మాతృ హృదయానికి, మానవతా స్పర్శకి అద్దం పడుతుంది. మరో సంఘటనలో ప్రాణాపాయ స్థితిలో ఉన్న పేషంట్ ని పెద్ద ఆసుపత్రికి తరలించడం కుదరనప్పుడు, పేషెంట్ ని కాపాడడం వైద్యుడికి అసాధ్యం అయినప్పుడు రోగి తాలూకు బంధువులు భౌతిక దాడులు జరిపినప్పుడు ఆవరించింది నైరాశ్యం నుండి బయట పడి, తిరిగి తన వృత్తి ధర్మాన్ని కొనసాగించడం, వృత్తి పట్ల తనలోని అంకిత భావానికి ఒక తార్కాణం. చివరగా, తండ్రి ఆశయాలను నెరవేర్చడానకై తనను నమ్ముకున్న వారికి మెరుగైన జీవితం ప్రసాదించడానికి త్యాగం చేసిన కొడుకు గురించి వివరించిన తీరు, ప్రతిభ సాహితీ ప్రతిభకు అద్దం పడుతోంది.

ఇది తన సాహిత్య పార్శ్వం. వృత్తి పరంగా ఒక ఉత్తమమైన వైద్యురాలిగా, ప్రవృత్తి పరంగా ఓ సాహితీ వేత్తగా రాణిస్తున్న మా ప్రతిభను మనస్ఫూర్తిగా అభినందిస్తూ వైద్యురాలిగా తన సేవలను మరెందరో నిరుపేదలకు విస్తరించాలని, సామాజిక స్పృహ కలిగి, మరిన్ని తన కాలం నుండి జాలువారే, సామాజిక చైతన్యాన్ని రగిలించే, సమాజ హితానికి తోడ్పడే ఉత్తమమైన రచనలతో తను పేరు ప్రఖ్యాతలు గాంచుతుందని ప్రగాఢంగా విశ్వసిస్తూ, ఇంకా అభివృద్ధిలోకి, తను రావాలని ఆశిస్తూ నా శుభాశీస్సులని అందచేస్తున్నాను.

హైద్రాబాద్
25-2-22

నా మాట:

'మానవ జీవితాలు మనోభావాల మణిహారాలు' అని నమ్మే దాన్ని నేను. వృత్తి పరంగా వైద్యురాలిని, మరియూ వైద్య విద్యార్థులకు ఉపన్యాసకురాలిని. కానీ, దాని కన్నా ముందు, వ్యక్తిగతంగా నన్ను కన్న వారికి రుణపడిన ఒక కూతురిని, నా భర్తకు అనుకూలంగా ఉండాలనుకునే భార్యని, ఇద్దరు పిల్లల తల్లిని. అంతే కాక, నా చుట్టూ ఉన్న నా తోటి మనుషులకు, ముఖ్యంగా మహిళలకు, ఏదో ఒక విధంగా సహాయపడాలి అని అనునిత్యం ఆరాటపడేదాన్ని. మహిళా సాధికారత కోసం వీ ఫర్ ఉమెన్ అనే సంస్థ స్థాపించి, మహిళల విద్య వైద్యం కోసం పాటు పడుతున్నాను. వీటన్నిటికి తోడు, రాయడం నా ప్రవృత్తి.

ఆరవ తరగతి నుండి, సందర్భానుకులంగా ఎన్నో కవితలు, కథలు, విశ్లేషణలు రాసాను. కొన్ని దాచ గలిగినా, అవగాహన లేక, కొన్ని పోగొట్టుకున్నాను. ఆ తప్పు ఇక మీద జరగకూడదని, నేను రాసిన కొన్ని కథలు, కవితలను, 2020 లో 'అనుబంధాలు- మనోభావాలు' అనే ఒక కథా సంపుటిగా ప్రచురించాను. దానికి పొందిన ఆదరణ, నాలో ఆగని ఉత్సాహం నాతో మరిన్ని కథలు రచింప చేసింది. వాటిని 'అనుబంధాలు- ప్రతి బంధకాలు' అనే ఈ పుస్తక సంపుటి రూపంలో మీ ముందుకు తీసుకు వస్తున్నాను.

ఇందులో, ఎక్కువ కుటుంబ నేపధ్య కథలు ఉన్నాయి. ప్రేమ, ఆకర్షణ, విరహం, బాధ్యత, ప్రేరణ, బాధతో పాటు కొంత వరకు హాస్యాన్ని ఈ కథా సంపుటిలో పొందు పరిచే ప్రయత్నం చేసాను. ఈ పుస్తకం చదివడాన్ని మీరు ఆనందిస్తారని, ఆ పై నన్ను ఆశీర్వదిస్తారని ఆశిస్తున్నాను. నా రచనలకు సంబంధించి సద్విమర్శలను స్వీకరించడానికి సిద్ధంగా ఉన్నానని, మీ సలహాలు తప్పకుండా తీసుకుంటానని తెలియ చేస్తున్నాను. ఇక ముందు సామాజిక పరమైన కథలు, నీతి కథలు, సస్పెన్స్ కథలు రాసే ప్రయత్నం చేయాలని కోరుకుంటున్నాను.

నాలోని రచయిత్రిని గుర్తించి, ప్రోత్సహించిన ప్రతి ఒక్కరికి నా మనస్ఫూర్తిగా ధన్యవాదాలు. ఈ పుస్తకానికి ముందు మాట రాసిన ఈటల సమ్మయ్య గారికి, బీ. ఎస్. రాములు గారికి ప్రత్యేక ధన్యవాదాలు.

మీ,

డా. ప్రతిభా లక్ష్మి

9885315750

కథలు.

1. ఆన్ లైన్ అలజడి!!

అప్పుడే ఆన్ లైన్ క్లాస్ ముగించుకొని సిస్టం ఆఫ్ చేసింది నిఖిత.

"నిఖిత.. నీకు ఏదో కొరియర్ వచ్చింది. నీకే ఇస్తారట.. మాకు ఇవ్వట్లేదు. అదేంటో చూడు.." అంది నిఖిత తల్లి.

ఆ రోజు తన పుట్టిన రోజు కావడంతో, స్నేహితులు ఎవరో సర్ప్రైజ్ ఏదో ప్లాన్ చేసి ఉంటారు అనుకుంటూ, సంబరంగా బయటకు వెళ్ళింది నిఖిత.

"హాపీ బర్త్డే మేడం." మంచి నవ్వుతో ఒక కొరియర్ అబ్బాయి అందమైన పూల బొకే అందించాడు..

"థాంక్యూ.." అంటూ అది అందుకొని, దాని మీద ఫ్రమ్ అడ్రస్ కోసం వెతికింది. కనిపించకపోవడంతో ఆశ్చర్యంతో లోపలికి నడిచింది.

"వావ్.. చాలా బాగుంది బొకే.. ఎవరు పంపించారు.." అడిగింది అమ్మ.

"ఏమో అమ్మా.. పేరు రాయలేదు.. ప్రసన్న, లేదా స్వాతి అయ్యి ఉంటుంది. నాకు షాక్ ఇద్దాం అనుకున్నారు. నేనే వాళ్లకు షాక్ ఇస్తా.. బొకే వచ్చినట్టు వాళ్ళు చెప్పే వరకు నేను చెప్పను, సాయంత్రం గ్రూప్ వీడియో కాల్ చేస్తారుగా.. చూద్దాం ఏం చేస్తారో.." చిలిపిగా నవ్వుతూ అంది..

నిఖిత, ప్రైమరీ స్కూల్ టీచర్. ఎం.ఎస్.సీ కెమిస్ట్రీ చేసి కూడా, చిన్న పిల్లలతో సమయం గడపడం కోసం, ఒక ప్రఖ్యాత స్కూల్ లో ప్రైమరీ స్కూల్ టీచర్ గా చేరి, తనకు నచ్చిన విధంగా తన జీవితాన్ని గడుపుతుంది. కరోనా మహమ్మారి వల్ల, గత ఏడాది అంతా ఆన్లైన్ క్లాసులు అవ్వడంతో, పిల్లల్ని నేరుగా కలిసే అవకాశం లేక, కొంత నిరుత్సాహంగా గడిచినా, ఆన్లైన్ క్లాసులో కూడా, పిల్లలతో సరదాగా, కబుర్లు చెబుతూ, నీతి కథలు చెబుతూ, పిల్లల్ని ప్రతినిత్యం ఉత్సాహపరుస్తూ ఉండేది. ముందు రోజే పిల్లలకి ఇవాళ తన పుట్టిన రోజు అని ఏదో సందర్భంలో చెప్పడంతో, పిల్లలు అందరూ క్లాస్ మొదలు అయిన వెంటనే,

"హ్యాపీ బర్త్డే మిస్ " అంటూ విష్ చేశారు. కొందరు తల్లులు కూడా ఆన్లైన్ లోకి వచ్చి మరీ విషెస్ చెప్పారు. దానికి నిఖిత ఎంతో సంతోషించింది.

బొకే ఎవరు పంపి ఉంటారా అని ఆలోచిస్తూనే, మిగతా స్నేహితుల విషెస్ ఫోన్లో చూస్తూ, అందరికీ థాంక్స్ పెడుతూ ఉండగా, తన స్టూడెంట్ 'సంధ్య' మదర్ నెంబర్ నుండి ఒక వీడియో వచ్చింది. ఏం అయ్యి ఉంటుందా.. అనుకుంటూ ఓపెన్ చేయగా..

తన స్టూడెంట్స్ ఒకరి తరవాత ఒకరు, ఒక్కో అందమైన డ్రాయింగ్ చేతిలో పట్టుకొని,

"హ్యాపీ బర్త్డే మిస్.." "యూ ఆర్ ద బెస్ట్.." "యూ ఆర్ బ్యూటిఫుల్", "యూ ఆర్ అమేజింగ్", "యూ ఆర్ ఆసమ్," "యూ మేక్ అజ్ స్మైల్," "యూ ఆర్ ఏ గిఫ్ట్

టు అజ్.." "వీ లవ్ యూ.." అంటూ ముద్దు ముద్దుగా చెబుతూ ఉన్నారు. ఆ వీడియో చూసి, నిఖితకి చాలా సంతోషంగా అనిపించింది..

"అమ్మా.. నాన్నా.. ఇటు చూడండి.." అంటూ సంబరంగా హాల్ లోకి పరిగెత్తింది.

"చూడండి.. మా పిల్లలు నాకోసం ఎంత అందమైన వీడియో పంపించారో.." అంటూ ఆ వీడియో వాళ్లకు చూపించింది.

"ఒహ్ ఓ... చాలా బాగుంది నిఖిత.. పిల్లలకు నీ మీద చాలా ప్రేమ ఉంది.." అన్నాడు నాన్న.

"అవును కదా.. చూడు అమ్మా.. ఎంత ప్రేమగా వీడియో చేసి పంపించారో... ఇలాంటి ప్రేమ కోసమే నేను లెక్చరర్ కన్నా, టీచర్ గా నే ఉండాలి అని ఆశపడ్డది.. ఈ పిల్లలది నిస్వార్థమైన ప్రేమ.." సంతోషంతో మొహం వెలిగిపోతుండగా అంది నిఖిత..

"పోనీలే.. నువ్వు పడే కష్టానికి ఇలాంటి ఆనందాలు అయినా కలిగితే మంచిదేలే.." అంది తల్లి, కూతురి కళ్ళల్లో మెరుపుని చూసి సంతోషిస్తూ.

"అసలు ఈ వీడియో చేసిన మేడంకి ఎలా థాంక్స్ చెప్పాలో ఏమో.." అంటూ, తన గదిలోకి వెళ్ళింది.

"థాంక్యూ మేడం. యూ మేడ్ మై డే" అని సంధ్య తల్లికి పంపించింది.

"మీ మీద మాకు ఉన్న అభిమానం అలాంటిది" అని సమాధానం రాగా, ఆనందంతో, కృతజ్ఞతతో పొంగిపోతూ, 'నమస్కారం' పంపించింది. ఆ వీడియో తన స్నేహితులందరికి, కుటుంబ సభ్యులకు పంపించింది. సాయంత్రం తన దగ్గరి మిత్రులు గ్రూప్ వీడియో కాల్ లో మాట్లాడుతుండగా, ఆ వీడియో గురించి ప్రశంసల వర్షం కురిపించారు. నిఖిత, ఆ బొకే సంగతి వాళ్ళ నోటి నుండి వచ్చే వరకు తాను ఎత్తకూడదు అనుకుంది. కానీ, వాళ్ళు కాల్ పెట్టేసే వరకు దాని మాటే ఎత్తకపోవడంతో పంపింది వాళ్లేనా అనే అయోమయంలో మిగిలిపోయింది.

****

నిఖిత, రెట్టింపు ఉత్సాహంతో మరుసటి రోజు నుండి క్లాసులో పిల్లలతో గడపడం ప్రారంభించింది. విద్యతో పాటు, మంచి ప్రవర్తన నేర్పుతూ, వాళ్ళ పరీక్షలు దగ్గరికి వస్తుండడంతో, వాళ్ళకు అర్ధం అయ్యే విధంగా కథలతో, ఆటలతో సరదాగా కాన్సెప్ట్స్ నేర్పిస్తూ అందరి మన్ననలు పొందుతూ ఉంది.

అలాంటిది, ఒక రోజు, క్లాస్ ముగించిన వెంటనే మళ్ళీ,

"నిఖిత నీకు ఏదో కొరియర్ వచ్చింది. మళ్ళీ నీకే ఇస్తా అంటున్నాడు ఈ అబ్బాయి. వచ్చి తీసుకో.." అని అమ్మ పిలుపు వినిపించింది.

ఈ రోజు ఏమి స్పెషల్ ఉందా అని ఆలోచిస్తుండగా, సడన్ గా, గుర్తుకు వచ్చింది, ఆ రోజు ఫిబ్రవరి 14.. అంటే ప్రేమికుల రోజు. 'ఈ రోజు కొరియర్ ఎవరు పంపి ఉంటారు.. మా వాళ్లే ఎవరైనా సరదాగా పంపించారా.. లేక..' గుండె వేగం పెంచగా మెల్లిగా బయటకు అడుగులు వేసింది.

మళ్ళీ ఒక అందమైన బొకే.. అచ్చంగా తన పుట్టిన రోజు పంపించిన దాని లాంటిదే.. అదే వ్యక్తి పంపించాడు అని తెలియడానికి అని అర్ధం అయింది.

"హ్యాపీ వాలంటైన్స్ డే మేడం" అంటూ ఒక నవ్వుతో నిఖితకి అది అందించి, ఆ కొరియర్ అబ్బాయి వెళ్ళిపోయాడు.

కానీ ఈ సారి, దానితో పాటు ఒక పాకెట్ కూడా ఉంది.

"నీ పుట్టిన రోజున వచ్చిన దాని లాగే.. అందంగా ఉంది. ఎవరు పంపించారు..!?" అడిగింది అమ్మ..

"చూసి చెబుతా.." అంటూ, ఆ బొకే అక్కడ పెట్టి, పాకెట్ తీసుకొని తన గదిలోకి వెళ్ళింది.

వెంటనే అది తెరిచి చూసింది. అందులో ఒక పెద్ద డైరీ మిల్క్ చాక్లెట్ తో పాటు, ఒక ఫోటో, ఒక అందమైన గ్రీటింగ్ కార్డ్ ఉన్నాయి. కార్డ్ దాని మీద లవ్ సింబల్ మీద, 'ప్రియమైన నీకు' అని ఉంది. ఒక్క సారిగా నిఖిత ఉలిక్కి పడింది. ఎవరు పంపించి ఉంటారు అనేది తన ఊహకు కూడా అందట్లేదు. ఆ ఫోటో ఒక అబ్బాయిది. దాన్ని కొద్ది సేపు చూసింది. తెలిసిన వ్యక్తి లాగా లేడు. చూడడానికి మంచి ఎత్తు, రంగు,

చిన్న చిరునవ్వు, చూడగానే ఏ అమ్మాయికి అయినా నచ్చేసే లాగా ఉన్నాడు. ఇంతకీ ఎవరు ఇతను. దాదాపు ఒక సంవత్సరం నుండి, కరోనా పుణ్యమా అని ఇంటికే పరిమితం అయ్యి ఉన్న తనకు, ఇలా ఒక్క సారిగా ఇంత అందమైన ప్రేమికుడు ఎక్కడి నుండి వచ్చాడో అర్ధం కాక, మెల్లగా అందులో ఉన్న ఉత్తరం తీసి చదవడం ప్రారంభించింది.

"హాయ్ నిఖిత గారు. పువ్వులు అంటే మీకు ఎంత ఇష్టమో తెలిసు. వాటిని చూసిన మీ కళ్ళల్లో వచ్చే మెరుపు కోసమే అవి పంపించాను. ఆ మెరుపుని నేరుగా చూసే అవకాశం లేకపోవచ్చు కానీ, నేను దాన్ని ఊహించగలను లెండి.!! అలాగే మీకు చాక్లెట్ అంటే ఎంత ఇష్టమో కూడా నాకు తెలుసు. అనవసరంగా బరువైపోతారేమో అనే భయంతో మీ ఇష్టాలను వదులుకోకండి. కంగారు తగ్గడానికి ప్రశాంతంగా ఆ చాక్లెట్ తింటూ, ఈ ఉత్తరం చదవండి." అసలు ఎవరు ఈ మనిషి అనేది నిఖితకి అంతు చిక్కట్లేదు.. అవును.. ఎక్కువ స్ట్రెస్ లో ఉన్నప్పుడు చాక్లెట్ తినడం తనకు అలవాటు. కానీ, తన బరువు గురించే కంగారు. తన ఇష్టాలను తన ఆలోచనలను ఇంత బాగా అర్ధం చేసుకున్నది ఎవరో తెలుసుకోవాలనే ఉత్సాహం ఇంకా పెరుగుతూ పోతుంది. ఆ టెన్షన్ తట్టుకోవడానికి, ఇక తప్పదు అనుకొని, చాక్లెట్ ఓపెన్ చేసి తింటూ చదవడం కొనసాగించింది.

"మాటల కన్నా, రాతలు మీకు బాగా నచ్చుతాయని, మనోభావాలకు అద్దం పట్టే లాగా ఉండే ఉత్తరాలను మీరు మిస్ అవుతున్నారని అన్నారు కదా.. నా అభిప్రాయం కూడా అదే. మాటల్లో చెప్పలేని భావాలను లేఖలో రాయడం, వ్యక్త పరచడం సులువుగా ఉంటుంది. అందుకే మీ కోసం ఈ లేఖ.. నా తొలి ప్రేమ లేఖ.." ఆ పదం వినగానే నిఖిత గుండె వేగం పెరిగింది. తాను చాలా సందర్భాలలో అంటుంటుంది, సాంప్రదాయ పద్ధతిలో ఉత్తరాలు రాయడం, అవి చదవడం, చాలా ఆసక్తిగా ఉంటుంది అని.. కానీ.. ఆ సంగతి తెలిసి ఇలా తనకు లేఖ రాసిన ఈ వ్యక్తి ఎవరో నిఖితకి అంతు చిక్కట్లేదు.

"నా విషయానికి వస్తే, నా పేరు శ్రీరామ్. నేను టీ.సీ.ఎస్, లో గత నాలుగేళ్లుగా ఒక సాఫ్ట్ వేర్ ఎంప్లాయ్ ని. ఎత్తు 5.10" బరువు 65kgs. చూడడానికి బాగానే ఉంటా అని అందరూ అంటుంటారు. ఫోటో చూశారుగా.. ఇక మీరే చెప్పాలి..

ముఖ్యమైన విషయమండోయ్.. నాకు ఏ చెడ్డ అలవాటు లేదు. అమ్మ గవర్నమెంట్ కాలేజ్ లో లెక్చరర్, నాన్న డాక్టర్. ఒక అన్న. తనకు ఒక పాప. 'అసలు ఎవరు నువ్వు.. నాకెందుకు ఇవన్నీ చెబుతున్నావు' అనుకుంటున్నరా!! ఆ విషయానికే వస్తున్నా. అందరి లాగే, గత సంవత్సరం లాక్ డౌన్ వల్ల మా కంపెనీ వాళ్ళు కూడా నాకు 'వర్క్ ఫ్రమ్ హోమ్' అని చెప్పారు. ఇక ఇంట్లోనే ఉంటూ, మా అన్న కూతురికి కూడా ఆన్లైన్ క్లాస్సెస్ అవ్వడంతో, రోజు తనకు సహాయం చేస్తూ ఉండే వాడిని. ఆఫీస్, స్నేహితులు, బయటకి వెళ్లడం, ఏమీ లేక, ఎంతో బోరింగ్ గా గడుస్తుంది అనుకున్న నా కాలాన్ని, ఇంత ఉత్సాహభరితంగా చేసినందుకు ముందు మీకు ధన్యవాదాలు చెప్పాలి. అర్థం కావటం లేదా..!! సరే, ఇప్పుడు అర్థం అవుతుంది. మా అన్న పాప పేరు సంధ్య.. అదేనండీ, మీ స్టూడెంట్ సంధ్య.."

ఒక్క సారిగా నిఖిత కళ్ళ ముందు సంధ్య, గత సంవత్సరమంతా తనతో సరదాగా మాట్లాడిన మాటలు, ప్రతి రోజు ఎంత ఆక్టివ్ గా ఉండేది, అవకాశం ఉన్నప్పుడల్లా తన గురించి తెలుసుకోవడం గుర్తు వచ్చింది. ఓహ్.. తన పుట్టిన రోజున వీడియో చేసి పంపింది కూడా సంధ్య.. పెదవులపై చిన్న చిరునవ్వు రాగా, అయితే, అవన్నీ చేసింది ఈయన గారు అన్నమాట.. అని అనుకుంటూ, మళ్ళీ ఆ ఉత్తరం చదవడం కొనసాగించింది.

"ఈ సంవత్సర కాలంలో, మీ గురించి తెలుసుకున్నాను.. మీ అందమైన కళ్ళకి, మీ చక్కటి చిరునవ్వుకి, నిర్మలమైన మనసుకి ఆకర్షితుడను అయ్యాను. మీ ప్రొఫైల్ చూసాను, అంత చదువుకొని కూడా పిల్లలతో సమయం గడపడానికి, ఆ లేత వయసులో వారికి మంచి ఆలోచన విధానం, విలువలతో కూడిన విద్యను అందించడానికి మీరు ప్రతి రోజు పడే తాపత్రయం నన్ను బాగా ఇంప్రెస్స్ చేసింది. మీ లాంటి అమ్మాయి నాకు జీవిత భాగస్వామి అయితే, జీవితం ఎంతో బాగుంటుంది అనే నమ్మకంతో మీ ఆమోదం కోసం ఈ సాహసం చేస్తున్నాను." నిఖిత పెదవులపై ఒక చిరునవ్వు వచ్చింది. 'గురుడు చాలా స్పీడ్ మీద ఉన్నాడే.. నన్ను బాగానే అర్థం చేసుకున్నట్టు ఉన్నాడు' అనుకుంది మనసులో.

"మీరు గమనించారో లేదో, గత సంవత్సరం అంతా, అందరి కన్నా ముందు క్లాస్ లాగ్ ఇన్ అయింది నేనే, లాస్ట్ లాగ్ అవుట్ అయింది నేనే. మీ ఆలోచనలతో నిదుర

లేచిన నాకు, మీ గొంతు వింటూ, మీ అందమైన చిరునవ్వు చూస్తూనే, రోజు ప్రారంభమయ్యేది. దాని కోసం నా వర్క్ టైమింగ్స్ కూడా మార్చుకున్నాను. ఇన్ని రోజుల తరవాత, ఇక, సంధ్య నెక్స్ట్ క్లాస్ కి మారితే, మీరు కనిపించరు అనే భయం ప్రారంభం అవ్వడంతో, ఈ నిర్ణయానికి వచ్చాను. జీవితమంతా మీకు ఒక మంచి స్నేహితుడిగా, మీ ఆలోచనలకు ఒక అద్దం లాగా, మీ సహచరుడిగా ఉండాలి అని ఆశపడుతున్నాను. మీ గురించి మా తల్లితండ్రులకు చెప్పి వారి ఆమోదం తీసుకున్నాను. నాకు మిమ్మల్నే కాదు.. మీ కుటుంబ సభ్యులను కూడా ఒప్పించవలసిన బాధ్యత ఉంది. నేను మీ కుటుంబంలో ఒక సభ్యుడిగా అవ్వాలని ఆశ పడుతున్నాను. అలాగే మా కుటుంబంలోకి మిమ్మల్ని ఆహ్వానిస్తున్నాను. అందుకే ఇంటికే లేఖ పంపించాను. ఇది ఎవరు పంపించారు అన్న మీ వాళ్ళ ప్రశ్నకు, మీరు చెప్పే సమాధానం, మీ అభిప్రాయాన్ని, నా భవిష్యత్తుని, నిర్ణయిస్తుంది అనుకుంటున్నాను. ఒక సారి నన్ను కలిసిన తరువాతే నిర్ణయం తీసుకోండి. మీ నిర్ణయానికి నా ఆమోదం సంపూర్ణంగా ఉంటుంది. తరవాత మీరు సరే అంటే, మా పెద్ద వాళ్ళు వచ్చి, మీ తల్లితండ్రులతో మాట్లాడతారు. మీ సమాధానం కోసం ఎదురు చూస్తూ ఉంటాను.. చివరిగా ఒక మాట.. నేను మనస్ఫూర్తిగా మిమ్మల్ని ప్రేమిస్తున్నాను. జీవితాంతం ప్రేమిస్తూ ఉండాలని ఆశ పడుతున్నాను.

మీ,

శ్రీరామ్"

ఆ చివరి పదాలు చదవగానే నిఖితకి ఒక్క సారిగా మనసులో ఏదో అలజడి మొదలయింది. ఒక్క సారి కళ్ళు మూసుకుని, ఆలోచించింది.

అంగీకరించకపోవడానికి కారణాలు ఏమి దొరకకపోవడంతో, ఒక నిట్టూర్పు వదిలి, చిరునవ్వుతో 'ఆన్లైన్ క్లాసుల వల్ల, అంతర్జాలంలో ఇలాంటి ప్రేమ కథలు కూడా మొదలయ్యే అవకాశం ఉందా.!?' అని అనుకొని, ఇక, అమ్మకి చెప్పే సమాధానం సిద్ధం చేసుకునే పనిలో పడింది.

౨. అనుకోని అగాధం:

"ఐ లవ్ యూ వాణి." ఒక ఎర్ర గులాబీ ఇస్తూ చెప్పాడు జయ్.

"అబ్బా.. నీకు ఎన్ని సార్లు చెప్పాలి జయ్.. నాకు ఇష్టం లేదు అని." చిరాకు పడింది వాణి.

"ఇవాళ మన ఫేర్వెల్ పార్టీ. ఇక మీద నిన్ను ఎలా కలవగలనో కూడా తెలియదు. ఇవాళ నువ్వు నా ప్రేమను అంగీకరించాల్సిందే. అయినా, నన్ను వద్దు అనడానికి ఒక్క కారణం చెప్పు వాణి." ప్రాధేయపడ్డట్టు అడిగాడు జయ్.

"ఇప్పటికే ఎన్నో సార్లు చెప్పాను. మళ్ళీ చెబుతున్నా.. నేను ఆల్రెడీ ఒకరిని ప్రేమిస్తున్నా." చెప్పింది వాణి

"అబద్ధం. నువ్వు అబద్ధం చెబుతున్నావు. నాలుగు సంవత్సరాలుగా నిన్ను చూస్తున్నా. నాకు తెలియదా నీ గురించి.! నీకు ఇల్లు కాలేజ్ తప్ప ఇంకో లోకం తెలియదు. ఎందుకు నాకు అబద్ధం చెబుతున్నావ్!?" కోపంగా అడిగాడు జయ్.

" నేను ప్రేమిస్తుంది నా మనోజ్ బావని. తను మా మేనత్త కొడుకు. ఐ. ఐ. టీ కరఘ్పూర్ లో పోయిన సంవత్సరమే బీ.టెక్ పూర్తి చేసాడు. వెంటనే బెంగళూరులో మంచి ఉద్యోగం జాయిన్ అయ్యాడు. మా నాన్న గారు ఎప్పుడో మా పెళ్లి నిర్ణయించారు. నా చదువు అవ్వగానే, మా పెళ్లి. తరవాత బావతో బెంగళూరు వెళ్లిపోతా." సంబరంగా చెప్పేసింది వాణి.

"నేను కూడా ఈ సంవత్సరం ఖచ్చితంగా ఉద్యోగం సంపాదిస్తా. ఒక సారి నువ్వు ఒప్పుకుంటే, నేను మీ ఇంట్లో వాళ్ళతో మాట్లాడి ఒప్పిస్తా. నాకు ఒక్క అవకాశం ఇవ్వు ప్లీస్.." ఆశగా అడిగాడు జయ్.

"నో. నాకు నీ మీద ఎలాంటి ఇంట్రెస్ట్ లేనప్పుడు, నేను ఎందుకు చెబుతా. నేను మా నాన్నకు ఆప్షన్ ఇవ్వను. తన ఛాయిస్ ని నేను ఆమోదిస్తా. అంతే." నిర్ధారించి చెప్పింది

"నీకేమైనా పిచ్చా. ఈ కాలంలో ఎవరైనా ఇలాంటి వాళ్ళు ఉంటారా. నన్ను నమ్ము వాణీ. నిన్ను సంతోషంగా చూసుకుంటా!?" దీనంగా అన్నాడు జయ్

"నా బావ మీద నాకు నమ్మకం ఉంది. నా ప్రేమ, నా స్నేహం, నా మనసు, నా ప్రాణం, అన్నీ తనకే అని ఎప్పుడో నిర్ణయించుకున్నాను. తనకి కాక ఎవరికీ నా మనసులో స్థానం ఇవ్వను అంతే." ఖచ్చితంగా చెప్పింది వాణి.

"ఇన్ని సంవత్సరాల నుండి నీ వెంట పడుతున్నా నీకు నా ఆవేదన అర్థం కావట్లేదు వాణీ. ఆఖరి సారి అడుగుతున్నా. నన్ను అర్థం చేసుకో. లేదంటే, నన్ను కాదని నువ్వు నీ బావని ఎలా పెళ్లి చేసుకుంటావో నేనూ చూస్తా." కోపంగా చెప్పి, అక్కడి నుండి వెళ్ళిపోయాడు జయ్.

"ఎందుకే వాణి, పాపం జయ్ ని ఇలా బాధ పెడతున్నావు. అంత మంచి వాడు, ఇన్ని సంవత్సరాల నుండి అడుగుతున్నా పట్టించుకోవు ఏంటి.!?" జయ్ కి వంత పాడుతూ అంది, అక్కడే ఉండి అంతా గమనిస్తున్న ప్రత్యూష.

"జయ్ చెడ్డ వాడు అని నేను ఎక్కడ అన్నాను. కానీ చెప్పాను కదా.. నాకు మా బావనే పెళ్లి చేసుకోవాలి అని ఉంది." తేలిగ్గా చెప్పేసింది వాణి.

"ఒక ఛాన్స్ అయితే ఇచ్చి చూడొచ్చు గా.!" అడిగింది ప్రత్యూష.

"ఇదేమైనా సెమిస్టర్ ఎక్సమా.. మార్చ్ పోతే సెప్టెంబర్ అనుకోవడానికి.. లైఫ్.. నో సెకండ్ ఛాన్సెస్. కొన్ని రోజుల్లో అన్ని సర్దుకుంటాయిలే. అనవసరంగా మూడ్ పాడు చేసుకోకు., లైట్ తీసుకో." తన నిర్ణయాన్ని చెప్పేసిన ధీమాతో వెళ్ళిపోయింది వాణి.

****

"హలో ప్రత్యూష.. ఎలా ఉన్నావే.!?" ఫోన్ లోనే అయినా, గొంతులో ఎంతో ఆనందం వినిపిస్తుండగా అడిగింది వాణి.

"హాయ్ వాణీ. నేను బాగానే ఉన్నా. నీ సంగతి ఏంటి.. చాలా సంతోషంగా ఉన్నట్టు ఉన్నావ్.." ఉత్సాహంగా అడిగింది ప్రత్యూష.

"మా బావ తో నా నిశ్చితార్థం చేస్తున్నారే. ఈ సండే పొద్దున 11కి. నువ్వు తప్పకుండా రావాలి."

"వావ్.. అవునా.. మరి పెళ్లి ఎప్పుడు.!?" అడిగింది ప్రత్యూష.

" వచ్చే నెలలో అనుకుంటున్నారు. నాకైతే చాలా ఆనందంగా ఉంది. వాణి వెడ్స్ మనోజ్..." ఆనందమంతా గొంతులో వినిపించేలా సంబరంగా చెప్పింది.

" కంగ్రాట్స్ వాణీ. మొత్తానికి నువ్వు కోరుకున్నట్టు మీ బావ ని పెళ్లి చేసుకుంటున్నావ్. నాకు చాలా సంతోషంగా ఉంది. నాకు కూడా మీ బావని చూడాలని ఉంది. తప్పకుండా వస్తా."

"పొద్దున్నే రావాలి. నన్ను నువ్వే రెడీ చేయాలి." డిమాండ్ లాగా అడిగింది.

"సరేనే కాబోయే పెళ్లి కూతురా.." అంగీకారం తెలిపింది ప్రత్యూష.

****

"చాలా అందంగా ఉన్నావ్ వాణీ."

"ఆ అందమైన కళ్ళు, చూడ చక్కటి చెక్కిళ్ళు, మైమరిపించే చిరు నవ్వు, ఆశలు రేపే ఆధారాలు."

"నీ అందమైన మొహాన్ని ఫొటోలో చూస్తూ ఇంత కాలం గడిపేసాను."

" ఇక నుండి ఈ సుందరి నా భార్య కాబోతోంది అంటే చాలా సంతోషంగా ఉంది."

" ఈ నెల కూడా తొందరగా గలిచిపోవాలి అని ఎదురు చూస్తున్నా."

అక్కడ నిశ్చితార్థ కార్యక్రమం జరుగుతుంటే, పక్కన మనోజ్, వాణి చెవిలో మెల్లిగా ఇలాంటి మాటలు చెబుతూ, వాణి ఇంకా ఇంకా మురిసి పోయేలాగా చేస్తున్నాడు.

"ఏంటి బావ.. నా అందాన్ని అంతలా పొగుడుతున్నావ్.. నేను ముసలి దాన్ని అయ్యాక ఈ అందం అంత తగ్గిపోయాక, నన్ను వదిలేస్తావా అయితే." ఆటపట్టిస్తున్నట్టు అడిగింది వాణీ.

"అప్పుడు ఇంకా అందంగా ఉంటావు. ఆ ముడతలు పట్టిన మొహం.. కనిపించీ కనిపించని కళ్ళు, బోసి నోరు, వణికే చేతులు.. అబ్బా.. ఎంత అందంగా ఉన్నావ్ వాణీ.. అని అప్పుడు కూడా పొగుడుతా.." తడబడ కుండా చెప్పేసాడు మనోజ్.

నవ్వు ఆపుకోలేక కష్ట పడుతూ ఆనందంతో ఉక్కిరి బిక్కిరి అవుతూ ఉంది వాణీ.

"చాలా చక్కటి జంట"

"చూడముచ్చటగా ఉన్నారు."

"మేడ్ ఫర్ ఈచ్ అదర్."

అని అక్కడికి వచ్చిన ప్రతి ఒక్కరూ అంటుంటే, ఇద్దరి కుటుంబాలు చాలా సంతోషించారు.

అందరికీ ఆ రోజంతా, ఒక అందమైన కల లాగా గడిచిపోయింది.

వాణి, మనోజ్ ల పెళ్లి, మరొక మూడు వారాల్లో నిర్ణయించారు. అందరూ పెళ్లి ఏర్పాట్లు చేయడంలో నిమగ్నమై ఉన్నారు. రోజు వాణి మనోజ్ ఫోన్లు మాట్లాడుకుంటూ, అవకాశం దొరికినప్పుడల్లా దాన్ని వదలకుండా కలుస్తూ, తమ జీవితంలోని అత్యంత మధురమైన జ్ఞాపకాలను పొందుపరుచు కుంటున్నారు.

****

"హాయ్ జయ్.." జయ్ గదిలోకి అడుగుపెడుతూ అన్నాడు రఘు.

"హాయ్ రా." లాప్ టాప్ మూసేస్తూ చెప్పాడు జయ్.

"ఎలా అవుతుంది రా, నీ ఇంటర్వ్యూ ప్రిపరేషన్!?"

"కాంసెంట్రేట్ చేయలేక పోతున్నాను రా." "వాణీ ఎంగేజ్మెంట్ అయింది. ఇంకో వారంలో పెళ్లి. మనసంతా బాధగా ఉంది రా." నిరుత్సాహంగా మనసులోని బాధ చెప్పాడు జయ్

"నేను అర్థం చేసుకోగలను. అందుకే నీ ప్రాబ్లెమ్ కి తగిన మందు తెచ్చాను." అంటూ, బాగ్ నుండి బీర్ బాటిల్స్ ఇంకా మంచింగ్ కి ఏవో పాకెట్ తీసాడు రఘు.

"ఇవేవీ నా బాధని తగ్గించవు రా." బాధగా చెప్పాడు జయ్

"నాకు తెలుసు, కానీ, ఆ బాధ నుండి బయట పడడానికి సహాయం చేస్తాయి"అని, ఒక బాటిల్ ఓపెన్ చేసి చేతికి అందిస్తూ, "తాగరా.. ఉమ్మ్.. కానివ్వు.." అంటూ ప్రోత్సహించాడు రఘు.

ఇద్దరు తాగడం ప్రారంభించారు. కొద్ది సేపు వాణి మీద తను పెంచుకున్న ప్రేమ, తన ఆశలు, తన ఆవేదనను వెళ్ల గక్కాడు జయ్. అవన్నీ విని బాధ పడ్డ రఘు,

"ఈ ఆడవాళ్ళంతా ఇంతే రా. వాళ్ళ అందం చూసుకొని వాళ్లకు పొగరు. మనస్ఫూర్తిగా ప్రేమిస్తే లెక్క చేయరు." అన్నాడు మత్తు నశాలానికి ఎక్కుతుండగా.

"అందం చూసి కలిగిన ప్రేమ కాదురా నాది. మనస్ఫూర్తిగా ప్రేమించా. జీవితాంతం కలిసి బ్రతకాలి అనుకున్నా." అన్నాడు కన్నీళ్లు ధారలు కడుతుండగా జయ్.

"నువ్వెందుకు ఏడుస్తున్నావ్ రా మామ. దాని మత్తు దిగినాక, నిన్ను వదులుకున్నందుకు అదే ఏడుస్తది." ఓదార్పుగా అన్నాడు రఘు

"వాణీ.. ఎందుకే నన్ను వద్దన్నావ్.. నేను లేకుండా ఎలా సంతోషంగా ఉండగలవు.." అంటూ బాధగా, ఆవేశంగా అరిచాడు జయ్.

"వదిలేయ్ రా జయ్.. నీకు అంత కన్నా మంచి అమ్మాయి దొరుకుతుంది." ఓదార్పుగా అన్నాడు రఘు.

"నో... నో.. నేను వదలను. నేను వాణీ ని వదిలి బ్రతకలేను." గట్టి గట్టిగా ఏడిచాడు జయ్.

అదే ఆవేశంలో లేచి, "నాకు తెలుసు.. నాకు తెలుసు ఇప్పుడు నేను ఏమి చేయాలో. తన తప్పు తనకు తెలిసి రావాలి, నా గుండె కోత తీరాలి అంటే ఏం చేయాలో నాకు తెలుసు." అంటూ ఆవేశంగా లేచాడు.

"రేయ్.. జయ్.. ఎటు వెళ్తున్నావ్ రా.." అంటూ లెవబోతున్న రఘు ని, "నువ్వు ఇక్కడే ఉండరా.." అంటూ ఆపేసి అక్కడి నుండి వెళ్ళిపోయాడు జయ్. అప్పటికే మత్తు బాగా ఎక్కడంతో నిద్రలోకి జారుకున్నారు రఘు.

****

వాణి తన స్నేహితులకు పెళ్లి పత్రికలు పంచి, తిరిగి ఇంటికి వెళ్తుండగా, జయ్ ఎదురు పడ్డాడు. వెంటనే తల తిప్పుకుని, పక్కకు వెళ్లే ప్రయత్నం చేసినా వాణిని అడ్డుకున్నాడు

"ఐ లవ్ యూ వాణి." అన్నాడు ఎప్పటిలాగే

"నీకేమైన పిచ్చా. ఇంకొక వారం రోజుల్లో నా పెళ్లి. ఇలా తాగి వచ్చి నీ పరువు, నీ పేరెంట్స్ పరువు తీసుకోకు జయ్. అనవసరంగా మనసు పాడు చేసుకోకుండా, నీ భవిష్యత్తు మీద ధ్యాస పెట్టు." చెప్పింది వాణీ

"నువ్వు లేకుండా నాకు భవిష్యత్తు లేదు వాణీ. నువ్వు నన్ను వద్దు అనడం నేను తట్టుకోలేక పోతున్నా." దీనంగా చెప్పాడు జయ్.

"అలాంటి ఆలోచనలు పెట్టుకోకు. నన్ను మర్చిపో." దృడంగా చెప్పి, అక్కడి నుండి వెళ్లిపోయే ప్రయత్నం చేసింది.

"నీ అందం నీకు పొగరు పెంచి, నీ కళ్ళు మూత పడి పోయేలా చేసింది కదా. నువ్వు ఇంకొకరి సొత్తు అవుతుంటే నేను ఊరుకోలేను." ఆవేశంగా చెప్పాడు జయ్.

"అందం శాశ్వతం కాదు జయ్. కుటుంబం, పేరు, వివాహ బంధం శాశ్వతం. పిచ్చి ఆలోచనలు మాని, ఎవరైనా స్నేహితులతో మాట్లాడు. నీకు ఇలాగే అనిపిస్తే ఎవరైనా సైకియాట్రిస్ట్ సహాయం తీసుకో."

ఆ మాటకు, ఒక రకమైన వికటాట్టహాసం చేస్తూ, "అంటే.. అంటే.. నేను పిచ్చి వాడిని అంటున్నవా. నన్ను పిచ్చి వాడిని చేసి, వదిలేసి వెళ్లిపోతున్నవా.!?" కోపంగా అన్నాడు జయ్.

"ప్లీజ్ జయ్. నన్ను వెళ్ళనివ్వు. ఇలా ఇబ్బంది పెట్టకు. నా బ్రతుకు నన్ను బ్రతకనివ్వు. నీ జీవితం నువ్వు చూసుకో." అసహనంగా చెప్పింది వాణి.

"నా జీవితమే నువ్వు అనుకున్నా వాణీ. నువ్వు లేకుండా నేను లేను. నేను లేకుండా నువ్వూ సంతోషంగా ఉండొద్దు." అంటూ, ఆవేశంగా తన బాగ్ నుండి ఒక సీసా తీసి, అందులోని ఆసిడ్ వాణీ మొహం మీద వేసాడు. ఆ మంటకి, బాధకి, వాణి, గట్టిగా అరుస్తూ, అక్కడే కుప్పకూలిపోయింది. వెంటనే కత్తితో తన గొంతు తాను కోసుకోవాలి అనుకున్నాడు. కానీ, చుట్టూ ఉన్న వారంతా హుటాహుటిన వచ్చి, జయ్ ని పట్టుకున్నారు. నిమిషాల్లో అంబులెన్స్ వచ్చి వాణిని, పోలీసులు వచ్చి జయ్ ని, తీసుకు వెళ్లారు.

****

ఆ దారుణం జరిగిన రెండు వారాలకు, ఒక కంటికి పట్టీ వేసి, ఒక వైపు పెదవి వాపు వచ్చి, నుదురు, చెంపల మీద అయిన గాయాలు అప్పుడే మాని, ముడతలు పడి ఉండగా, డాక్టర్ గారి గది నుండి బయటకు వచ్చిన వాణి ని చూసి,

"అయ్యో.. ఎంత ఘోరం జరిగింది బిడ్డా.. ఎంత అందమైన మొహం ఇలా అయిపోయిందే.." గుండెలు అవిసేలా ఏడుస్తుంది వాణి తల్లి. పక్కనే ఉండి నిశ్శబ్దంగా రోధిస్తున్నాడు తండ్రి.

నొప్పి కన్నా, బాధతో ఎక్కువ తల్లడిల్లుతున్న వాణికి అది తెలియకుండా మత్తు మందుల ప్రభావంలో ఉంచే ప్రయత్నం చేస్తున్నారు వైద్యులు.

"అత్తమ్మా.. మీరు అలా బాధ పడుతూ వాణీ ని ఇంకా బాధ పెట్టకండి." అంటూ తనను అక్కడి నుండి బయటకు తీసుకెళ్లాడు మనోజ్.

ఆ మాటలు వాణి కి ఎంతో స్వాంతనను కలిగించాయి. ఇలాంటి సమయంలో తన బావ తన పక్కన ఉండడం ఎంతో ఊరటగా అనిపించింది.

అంతలో అక్కడికి వచ్చిన ఒక పోలీస్ ఇన్స్పెక్టర్,

"అసలు ఆ రోజు ఏం జరిగింది, ఎలా జరిగింది చెబుతారా మేడం." అన్నాడు వాణితో.

"అతనూ మా క్లాస్ మేటే. నాకు అతని భవిష్యత్తు పాడు చేయాలని లేదు. తన తల్లిదండ్రుల బాధ నేను అర్థం చేసుకోగలను. ఇప్పుడే నేను ఏమీ చెప్పలేను." అంది నిస్సత్తువగా.

"అది కాదు మేడం. తప్పు చేసిన వాడికి శిక్ష పడాలి కదా." అన్నాడు పోలీస్ ఇన్స్పెక్టర్

" ఇప్పటికే తన తప్పుకి తనకు శిక్ష పడి ఉంటుంది. అయినా నేనే తనకి గట్టిగా నన్ను వదిలేయమని తెలియ చేయలేక పోయాను అనుకుంటా." అంది ఏదో ఆలోచిస్తున్నట్టు.

"ఇన్స్పెక్టర్ గారు, దయచేసి తనని ప్రశాంతంగా ఉండనివ్వండి. మేము జయ్ కుటుంబ సభ్యులతో మాట్లాడినాక నిర్ణయం తీసుకుంటాం" జోక్యం చేసుకుంటూ చెప్పాడు శ్రావణి తండ్రి, ఇన్స్పెక్టర్ ని ఆ గది నుండి బయటకు తీసుకెళ్తూ.

****

మరుసటి రోజు ఉదయం, వాణికి టిఫిన్ అందిస్తూ,

"డాక్టర్ గారు రేపు మనం ఇంటికి వెళ్లొచ్చు అన్నారు వాణీ. ఇంకా ఒక అయిదు రోజులు మందులు వాడితే సరిపోతుంది. ఒక నెల తరవాత వచ్చి ప్లాస్టిక్ సర్జన్ ని కలుద్దాం." అన్నాడు మనోజ్.

నిర్వీర్యంగా ఆ మాటలు వింటుంది వాణి. అంతలో, "వాణి గారు, మీ కోసం ఎవరో ఈ బొకే మరియూ ఈ ఉత్తరం ఇచ్చి వెళ్లారు" చెప్పింది రెసెప్షన్ దగ్గర ఉండే అమ్మాయి.

"నా స్నేహితులెవరో నా మొహం చూడలేక, 'గెట్ వెల్ సూన్' మెసేజ్ కార్డ్ ఇచ్చేసి వెళ్ళిపోయి ఉంటారు. చూడు బావ" అని వాణి అంటుండగా, బొకే టేబుల్ మీద పెట్టి, ఆ ఉత్తరం తెరిచాడు మనోజ్

"వాణీ, నేను జయ్ ని." అని మొదటి వాక్యం చదవగానే, వాణికి ఒక్క సారిగా గుండె వేగం పెరిగింది, అందులో ఇంకా ఏం విన వలసి ఉంటుందో అని.

ఆ ఉత్తరం తాను చదవడం సమంజసం కాదేమో అన్నట్టు దాన్ని మూసి వాణికి ఇవ్వబోతున్న మనోజ్తో,

"చదువు బావా." అంది, తనకు తెలియనిది ఏమీ లేదు అనే ధైర్యంతో.

ఒక క్షణం ఆగి, చిన్న నిట్టూర్పు వదిలి, చదవడం కొనసాగించాడు.

"వాణీ. నన్ను క్షమించు. నాకు తెలుసు, నీకు నేను చేసిన నష్టానికి ఈ పదం చాలా చిన్నది అని. కానీ నేను ఇప్పుడు నిస్సహాయుడిని. ఇన్ని సంవత్సరాలుగా నువ్వు ఎంత చెబుతున్నా నేను అర్థం చేసుకోలేదు. నన్ను నువ్వు వద్దు అంటున్నావ్ అనే బాధనూ, కోపాన్నే పెంచుకున్నాను కానీ, నీ బావకి నీ మీద, నీకు మీ బావ మీద ఉన్న ప్రేమ గురించి ఎప్పుడూ ఆలోచించలేదు. క్షణిక ఆవేశంలో, జీవితంలో సరిదిద్దుకోలేని తప్పు చేశాను. వెంటనే ఆత్మ హత్య చేసుకోవాలి అనే ఆలోచనలో ఉన్న నన్ను, అందరూ ఆపడం వల్ల, నను కన్న వారికి కడుపుకోత తప్పింది." " ఇప్పుడు నేను ఎవ్వరి ముందూ తల ఎత్తుకోలేని స్థితిలో ఉన్నాను. నా లాంటి పాపిని కూడా క్షమించి, మా అమ్మా, నాన్నల గురించి ఆలోచించి, నన్ను శిక్షించొద్దు అని పోలీసులతో చెప్పి, నువ్వు నీ ఔన్నత్యాన్ని మళ్ళీ చాటావు. కానీ నేను నా మొహం కూడా నీకు చూపించే అర్హతను కోల్పోయాను. నా తప్పు నేను

తెలుసుకున్నాను. ఇప్పుడు నా మీద నాకే అసహ్యం వేస్తుంది. ఇక ఈ ఊరే కాదు, ఈ రాష్ట్రం కూడా వదిలి వెళ్లిపోతా. నా లాంటి వారి తప్పుల వల్ల బాధితులుగా మారిన నీ లాంటి వారిని చేరదీసి, వారి జీవితాలకు ప్రేరణ ఇస్తూ, వారికి జీవనోపాధి కలిగిస్తూ నా ఈ జీవితానికి ఒక అర్థం సాధిస్తా. ఎప్పటికైనా నీకు మొహం చూపించే అర్హత పొందినట్టు అనిపిస్తే అప్పుడు కనిపిస్తా. మీ కుటుంబ సభ్యులందరికి నా క్షమాపణలు తెలియ చెయ్యి. బాధాతప్త హృదయంతో, ఇక సెలవు." ముగించాడు మనోజ్. కొన్ని నిమిషాల పాటు ఆ గదిలో నిశ్శబ్దం నిండిపోయింది.

దాన్ని చేదిస్తూ, ఆ విషయం గురించి పెద్దగా మాట్లాడేది ఏమి లేదు అని తెలియ చేసే ప్రయత్నంగా, "అరే, ఇప్పుడు టీ.వీ లో గబ్బర్ సింగ్ సినిమా వస్తుంది వాణీ" అన్నాడు మనోజ్, రిమోట్ చేతిలోకి తీసుకుంటూ.

****

ఇంటికి వెళ్లిన రెండు రోజుల తరువాత, ఒక రోజు సాయంత్రం, మనోజ్ జ్యూస్ గ్లాస్ తీసుకొని వాణి గదికి వచ్చాడు. అక్కడ వాళ్ళు ఇద్దరే ఉన్నారు.

"నువ్వు బెంగళూర్ ఎప్పుడు వెళ్తున్నావ్ బావ.?" అడిగింది వాణి ఒక్కో పదాన్ని బలవంతంగా పలుకుతూ.

"దానికి తొందరేం ఉంది. వెళ్తా లే. ముందు నువ్వు పూర్తిగా కోలుకో." అన్నాడు మామూలుగా మాట్లాడే ప్రయత్నం చేస్తూ

"అన్ని సరిగ్గా అయితే ఇప్పటికి మన పెళ్లి అయ్యుండేది కదా బావ.!" అంది బాధగా

"చూస్తున్నా.. చూస్తున్నా.. ఇంకా ఎన్ని రోజులు దేవి గారు నన్ను ఇలా ఎదురు చూపులు చూడమంటారో." అన్నాడు సరదాగా

"నన్ను చూడడానికి అసహ్యంగా అనిపించట్లేదా బావా నీకు!?" అంది కన్నీటి జలపాతం పొంగుతుండగా

మనోజ్ వెంటనే వాణి పక్కన కూర్చొని, భుజం మీద ప్రేమగా చెయ్యి వేసి నిమురుతూ,

"ముసలి దానివి అయ్యాక కూడా పొగుడుతూనే ఉంటా అని ముందే చెప్పాను కదా." అన్నాడు ఓదార్పుగా.

"వద్దు బావా.. నీకు తగ్గట్టు, ఎవరైనా అందమైన అమ్మాయిని పెళ్లి చేసుకో." అంది దుక్ఖంతో వెక్కి వెక్కి ఏడుస్తూ.

"నీకన్నా అందమైన అమ్మాయి.. ఈ జన్మకు నాకు దొరకదు వాణీ" అన్నాడు వాణిని దగ్గరగా పట్టుకుంటూ.

"బావా.. నీ మంచి తనంతో నన్ను ఇంకా ఇంకా బాధ పెట్టకు. నీ పక్కన నన్ను నేను ఇలా చూసుకోలేను." అంది

"సరే.. అది తరవాత ఆలోచిద్దాం కానీ.. ఒక విషయం చెప్పు. ఒక వేళ నాకు ఇలాంటిది ఏమైనా జరిగి ఉంటే నువ్వు నన్ను వదిలేసే దానివా.!?"

"లేదు బావ. అస్సలు వదలను." అంది మనోజ్ చెయ్యి పట్టుకుంటూ.

"అయితే నేను అంత దుర్మార్గుడిని అనుకుంటున్నవా.!?" అన్నాడు బాధగా మొహం పెడుతూ.

"అది కాదు బావా.. ఇంకా పెళ్లి అవ్వలేదు కదా. బాగా ఆలోచించి నిర్ణయం తీసుకో." అంది

"ఓహో.. అయితే మన పెళ్లి అయ్యాక నాకు ఏదైనా ప్రమాదం జరిగితే నన్ను వదిలేస్తావు అన్న మాట." అన్నాడు భయం నటిస్తూ.

"అవేం మాటలు బావా. అలాంటిది ఏమీ జరగదు. జరిగినా నేను నిన్ను వదలను." అంది వెంటనే.

"అయితే, ఇప్పుడు కూడా నన్ను వదలకు వాణీ" అన్నాడు మనోజ్ వాణి చెయ్యి గట్టిగా పట్టుకొని, తన కళ్ళల్లోకి ప్రేమగా చూస్తూ.

ఆ క్షణం వాణి ఆనందానికి అవధులు లేకుండా పోయాయి. క్షణాల్లో తన కన్నీటి ప్రవాహం, ఆనంద భాష్పాలుగా మారింది.

****

ఇంకొద్ది రోజుల్లో, 'వాణి వెడ్స్ మనోజ్' పెళ్లి పత్రికలు అచ్చు అయ్యాయి, అదే సమయానికి, మరొక రాష్ట్రంలో 'వాణీ ఆసిడ్ విక్టింస్ రీహాబ్ సెంటర్' ప్రారంభానికి సిద్ధం అయింది.

ఈ రోజుల్లో, క్షణికమైన ఆవేశాలను అదుపు చేసుకోలేక ఎందరో జీవితాలు అతలాకుతళం అవుతున్నాయి. నిజ జీవితంలో అందరూ మనోజ్ లాంటి వాళ్ళు ఉండరు కాబట్టి, ఇలాంటి వాణిల కథలు మళ్ళీ మళ్ళీ పునరావృత్తం అవ్వకుండా ఉండాలి అంటే, జయ్ లాంటి వాళ్ళు తమ ఆవేశాన్ని అదుపు చేసుకోవడం నేర్చుకోవాలి.

****

3. జాలరి జీవనం

ఒక ఇల్లు సముద్రం ఒడ్డున ఉన్న భూమి మీద అయితే, తల్లిగా ఆరాధించే ఆ సముద్రం లోపలే మరొక ఇల్లుగా భావించి, వేటకు పోతే ఆ తల్లి ఒడిలోనే కొన్ని రోజులు ఉండే మత్స్యకారుల జీవితం ప్రతి దినం గండమే. ఆ అలల కదలికలతో, తమ శ్వాసనిశ్వాసలు మమేకమవగా, వారి జీవితమంతా ఆ సముద్ర తీరానికి పరిమితం చేసిన బ్రతుకులల్లో, ఆశలకు హద్దులు పెట్టుకున్నా, ఊహలకు పరిధులు లేవు.

****

'బాబాయ్.. బాబాయ్.. నా మావ ఏమైనా కానొచ్చిండా..' సముద్రం ఒడ్డున ఉన్న తన గుడిసె బయట నిల్చొని అడిగింది మంగి.

' లేదే మంగి.. రేపొస్తాడులే.. బెంగడకు.. పానం జాగర్త..' అంటూ, తన వలను మోసుకుంటూ వెళ్ళిపోయాడు బాబాయ్.

' ఎప్పుడొస్తాడో ఏందో.. నిన్ననంగ పోయిన మడిసి.. ఇయ్యాలన్న రాకపాయే.. పెళ్ళాం కడుపుతో ఉంది, పెందరాల్లే వెల్లి సూస్కోవాలె అనే ధ్యాస ఏమైనా ఉంటే గదా..' గులుగుతూనే అత్తకి అన్నం పెట్టింది.

' ఈ పాలి వచ్చినాక, నీ కాన్పు అయ్యేదాకా మల్లిగాడిని మల్ల ఏటకు వెళ్లనియ్యొద్దు..' మంగి బాధ అర్థం చేసుకున్నట్లు చెప్పింది గంగవ్వ.

'ఇంటి కాడనే ఉంచి, ముగ్గురం కలిసి వలలల్లుకుంటా ఉందాం.' అంది మంగికి ఓదార్పుగా.

గంగవ్వకు ఒక్కగానొక్క కొడుకు మల్లి. కడుపున పడ్డప్పుడే చేపలు పట్టడానికే అని నిర్ణయించేసారు. ఎందుకంటే ఆ కుటుంబంలో, వాళ్ళ కులవృత్తి కాక ఇంక వేరే ఆలోచనే తెలియదు. కొడుకు అయితే పది, కూతురు అయితే ఏడు దాకా చదివించడం. తరవాత అమ్మాయికి ఇంటి పని, అబ్బాయికి చేపలు పట్టడం నేర్పించడం.. పెళ్లి ఈడు రాగానే పెళ్లిళ్లు చేసేయడం. పెద్దవాళ్ళు అయ్యాక వలలు అల్లుతూ, పిల్లల్ని చూసుకుంటూ ఉండడం. తరతరాలుగా వాళ్ళ కుటుంబాల్లో అదే పద్ధతి.

మంగి, మల్లి కి అక్క కూతురే. ఇద్దరు చిన్నప్పటి నుండి ఒకళ్ళ మీద, ఒకళ్ళు చాలా ప్రేమ పెంచుకున్నారని, వాళ్ళిద్దరికీ చిన్న వయసులోనే పెళ్లి చేశారు. మంగికి పదిహేను., మల్లి కి పద్దెనిమిది ఉండగా పెళ్లి జరిగిపోయింది. 'మావా.. మావా..' అంటూ వాడు ఇంట్లో ఉన్నంత సేపు చుట్టూ తిరుగుతూ ఉండడం. మల్లి సముద్రం మీదకు వేటకు పోయిన నిమిషం నుండి వాడి కోసం కళ్ళు కాయలు కాసే లాగా ఎదురు చూడడం. ఇది తప్ప మంగికి ఇంక వేరే లోకం తెలియదు. పెళ్ళైన మూడేళ్లకు మల్లి కడుపుతో ఉంది అని తెలిసి కుటుంబం అంతా సంబరపడ్డారు.

ఇంకా చిన్నపిల్ల మనస్తత్వం ఉన్న మంగికి, కాన్పు ఎలా అవుతదో, పుట్టేటోడిని ఎలా పెంచుతుందో అని అత్త గంగవ్వ, ఎప్పుడూ కంగారు పడుతూ, మంగిని కంటికి రెప్పలా చూసుకునేది. ప్రాణం అంతా పొట్టలో పెట్టుకొని, మనసంతా మామ మీద పెట్టుకొని బ్రతుకుతుంది మంగి. అత్తకు భోజనం పెట్టి, కాసేపు గుమ్మం దగ్గరే ఉండి మల్లి కోసం ఎదురు చూసి, అత్త కేకేయడంతో, తను కూడా తినేసి, తన మామ గురించే ఆలోచిస్తూ ఒరిగింది మంగి.

****

మల్లి వెళ్లిన పడవ, అనుకోకుండా పెద్ద తుఫానులో ఇరుక్కుంది. 'గాలి ఏగం ఎక్కువవుతుంది. తొందరగా ఒడ్డు చేరకపోతే కష్టం అవుతది. బేగి నడుపు.' అనుకున్నాడు తనకు తానే మల్లి. చేతుల్లో ఉన్న బలమంతా పెట్టి, నీటి తాటికి ఎదురొడ్డి పడవను నడిపే ప్రయత్నం చేసాడు. ఎంత కష్ట పడ్డా.. ఆ తుఫాను తీవ్రతకు నావ అదుపు తప్పి, మల్లి నీళ్ళల్లో పడ్డాడు. అలలకు కొట్టుకుపోతూ, మునగకుండా కష్టపడుతూ, ఇన్నాళ్ళ తన అనుభవం అంతా వాడి, శరీరంలో ఓపిక ఉన్నంత వరకు ఈత కొట్టాడు. చివరికి కష్టం మీద ఒక బండని చేరుకున్నాడు. దాని మీద అలిసిపోయి సొమ్మ సిల్లినట్టు పడిపోయాడు. ఆ రాత్రంతా అక్కడే తెలియకుండా పడుకున్నాడు. సూర్యుడి కిరణాల వేడికి, స్పృహ వచ్చి లేచి, తను బ్రతికే ఉన్నందుకు సంతోషించి, పక్కకు చూసే సరికి, మల్లి పక్కనే ఒక జలకన్య తననే చూస్తూ కనిపించింది. ఒక్క సారిగా భయంతో గట్టిగా అరిచాడు. మల్లి అరుపుకి భయపడ్డ జల కన్య, నీటిలోకి మునిగిపోయింది. తను చూసింది నిజమో కాదో కూడా అర్థం కాలేదు మల్లికి.. చుట్టుపక్కల అంతా చూసాడు. కనుచూపు మెరలో నీళ్ళు తప్ప ఇంక ఏమి కనిపించలేదు. తను ఇంటికి వెళ్ళే దారి కనిపించట్లేదు.

' ఓలన్న ఉన్నారా.. నన్ను కాపాడండి..' అని గట్టి గట్టిగా అరిచాడు. ఎవరికీ వినిపించే అవకాశం లేదు అని అర్థం అయ్యి.. ' అయ్యో.. నా బతుకు ఇక్కడే అయిపోతుందా.. నా యమ్మ, మంగి, బిడ్డ.. ఎలా బతుకుతారు.. దేవుడా.. నన్ను రచ్చించు..' అని అరుస్తూ బాధ పడ్డాడు.

మల్లి బాధ చూసి, మళ్ళీ ఆ జల కన్య మెల్లిగా నీటి నుండి బయటకు వచ్చి..

" బాధ పడకు.. నేను నీకు సహాయం చేస్తా.." అంది.

దారి తోచని స్థితిలో ఉన్న మల్లి కి ఒక్క సారిగా ఆశ కలిగింది.

' నిజంగానా.. నువ్వు జలకన్నెవేవా.. నిజంగా జల కన్నెలు ఉంటారా..' అన్నాడు కళ్ళు నలుచుకుని, చూస్తూ..

'అవును.. నా పేరు సిరి..' అంది అందంగా నవ్వుతూ

'ఓ.. నా పేరు మల్లి.. నన్ను నువ్వు ఎట్ట కాపాడతావు..?' అన్నాడు

' నువ్వు మీ ఇంటికి వెళ్ళడానికి నేను సహాయం చేస్తా..' అంది

'అట్లనే.. ఇప్పుడు నన్నేమి సేయమంటావ్ సెప్పు.' అన్నాడు ఆశగా..

'నువ్వు మీ ఇంటికి వెళ్లడానికి, తూర్పు వైపు అయిదు గంటలు వెళ్ళవలసి ఉంటుంది.' అంది

'అయిబాబోయి.. అయిదు గంటలు నేను ఆపకుండా ఈత కొట్టలేను.. నడిమిట్లనే మునిగిపోతా..' అన్నాడు కంగారుగా..

'మునిగిపోయినా ఏమి అవ్వకుండా, నువ్వు నీటిలో కూడా గాలి తీసుకునే లాగా నేను చేయగలను' అంది

'దేవతల్లే కనిపించినావు.. అలా చేసి పున్నెం కట్టుకో తల్లి..' అన్నాడు చేతులు జోడిస్తూ.

' దానికి, నువ్వు నా పెదవులను ఒకసారి నీ పెదవులతో తాకితే, నీకు నీటిలో గాలి తీసుకునే శక్తి వస్తుంది. దానితో నువ్వు క్షేమంగా మీ లోకానికి వెళ్లగలవు.' అంది.

'ఛీ.. నేను నిన్ను ముద్దాడాలా!!? నేను నా మంగిని గాక ఇంకోళ్లను ముద్దాడలేదు.. ముద్దాడను గూడా.!!' అన్నాడు ఖరాకండిగా.

'సరే అయితే, నేను వెళ్లిపోతున్నా.. ఇక్కడే ఆకలితో, దాహంతో అలమటించి చచ్చిపోతావ్.. నీకు ఇంక ఏ దారి లేదు..' అంది ఆ జలకన్య.

'ఆగమ్మి.. ఆగు.. నన్నాలోచించుకొనివ్వవా ఏంది.. నా మంగి అసలే నీళ్లోసుకుని ఉంది.. నేనీడనే సచ్చిపోతే, ఆడ అది ఆగం అయిపోద్ది.. ఒక్క ముద్దుకు ఏం కాదులే.. తప్పదు కదా మరి.. నీళ్లల్ల ఎట్ల పోత మరి.. సరే.. కానీ.. నాకు ఆ శక్తి ఏదో ఇయ్యి..' అన్నాడు అయిష్టంగా ముద్దుకు సరే నంటూ.

ఆ జలకన్య, మల్లి పెదవులను తన పెదవులతో తాకగానే, మల్లి శరీరమంతా కంపించినట్టు అయ్యి, రెండు పక్కలా మెడ పక్కన గీతాల లాగా వచ్చి, మల్లి నీటిలో పడిపోయాడు.

ఆశ్చర్యం.!! మల్లి నీటిలో ఊపిరి తీసుకో గలుగుతున్నాడు. అదంతా వింతగా ఉంది మల్లి కి.. నీటి లోపాల అందమైన చేపలను, రంగు రంగుల జలచరాలను చూసి ఆశ్చర్యపోయాడు. తను ఇన్నేళ్ళుగా ప్రయాణిస్తున్న ఓడ కింద ఇంత అందమైన ప్రపంచం ఉందా అని ఆశ్చర్యపోయాడు.

'నీకు ఈ శక్తి ఈ రోజు సూర్యాస్తమయం వరకే ఉంటుంది. ఇక నీ ప్రయాణం ప్రారంభించు.' అంది సిరి

'ఇగో.. అమ్మి.. అయిదు గంటలు పోవాల్నంటుంటివి.. మరి, నాకు బాగ ఆకలైతుంది. నీరసంతోని ఎక్కడన్నా పడిపోతానో ఏమో.. ఏమైనా తిననీకి దొరుకుతయా చెప్పి ఇంకా పున్నెం కట్టుకోరాదు..' అన్నాడు పొట్ట పట్టుకుంటూ..

'సరే.. రా.. పక్కనే మా లోకం ఉంది. కానీ నువ్వు దాని లోపలికి రావొద్దు. నువ్వు కొంత దూరంలోనే ఉండు. నేనేమైనా తినడానికి తీసుకొస్తా.. ఒక్క విషయం గుర్తుపెట్టుకో.. మా వాళ్ళు నిన్ను చూస్తే నీ ప్రాణాలకే ప్రమాదం..' అని, మల్లి ని తీసుకొని వెళ్లింది సిరి. మల్లి చుట్టూ ఉన్న ఆ వింత లోకాన్ని చూస్తూ, సంబరపడిపోతూ ఉన్నాడు. కొంత దూరం వెళ్ళాక, ఒక చోట, రహస్యంగా మల్లిని ఉంచి,

'నువ్వు ఇక్కడే ఉండు. నేను ఏమైనా తినడానికి తీసుకొస్తా' అని చెప్పి వెళ్ళింది.

మల్లికి ఒక వైపు ఆకలి.. మరో వైపు.. జల కన్యల లోకం అంటే ఎలా ఉంటుందో చూడాలనే ఉత్సాహం వల్ల.. ఆగలేక.. మెల్లిగా.. ఆ సిరి వెళ్లిన వైపు కొద్దిగా ముందుకు వెళ్ళాడు.

మరు నిమిషం, ఎవరో ఇద్దరు జలపురుషులు వచ్చి, 'మనిషి.. మనిషి..' అని మల్లి ని పట్టుకొని అరిచారు.. 'అయ్యో.. దొరికిపోయానే' అనే భయంతో మల్లి గజ గజ వనికిపోయాడు. వెంటనే.. అక్కడికి చాలా జలకన్యలు, జల పురుషులు వచ్చేసారు.. అందరూ మల్లి ని కోపంగా చూస్తున్నారు..

'నన్నొగ్గేయండి.. ఒలమ్మి సిరి.. నన్ను కాపాడమ్మి.' అని అరిచాడు

'సిరి నా..' అంటూ.. అందరూ గుస గుస మాట్లాడుకుంటున్నారు. అంతలో అక్కడికి ఒక పెద్దాయన వచ్చాడు. వెంటనే అందరూ పక్కకు తప్పుకొని ఆయనకు నమస్కారం చేశారు.

'ఎవరు నువ్వు..!?' అని అడిగాడు ఆ పెద్దాయన, గంభీరమైన స్వరంతో..

'నా పేరు మల్లి.. నిన్న రాత్రి తుఫాను వచ్చుండ్లా.. అందులో పడవ కొట్టుకుపోయి, ఇలాగొచ్చాను.. సిరి అమ్మి నన్ను ఇక్కడికి తీసుకొచ్చింది. నన్నొగ్గేస్తే నానింటికి ఎల్లిపోతాను. అసలే చాన తోవ పోవాల.' అన్నాడు భయం భయంగా.

అంత లో సిరి అక్కడికి వచ్చింది.. అక్కడ ఉన్న అందరినీ చూసి, భయంగా పక్కకు నిలుచుంది.

'సిరి.. వీడు చెప్పేది నిజమేనా.. నువ్వే ఈ మానవుడిని ఇక్కడికి తీసుకొచ్చావా..' అడిగాడు కోపంగా

'క్షమించండి నాన్న.. కష్టాల్లో ఉన్నాడని కాపాడాను. ఆకలిగా ఉంది అంటే.. ఏమైనా తినడానికి ఇద్దామని..!' అంది.. వణుకుతున్న గొంతుతో, తడబడుతూ.

'ఈ మానవుడి వృత్తి తెలుసా నీకు.. జాలరి.. అంటే, మన సహచరులైన చేపలను పట్టుకొని, చంపి, అమ్ముతాడు.. వండుకొని తింటాడు.. అలాంటి వాడికి నువ్వు సహాయం చేసావా..!?' అన్నాడు గొంతు పెద్దది చేస్తూ.. కోపంగా.

'అతని జీవనం కోసం తనకు తెలిసిన వృత్తి చేసుకుంటున్నాడు. తప్పేం ఉంది' అంది సిరి ధైర్యం కూడగట్టుకొని.

'వాడు మన శత్రువు. మన జాతి నాశకుడు.. వాడిని వెనకేసుకొస్తున్నావా..' అన్నాడు మళ్ళీ కోపంగా..

'అది కాదు నాన్న.. ' అని ఏదో చెప్పబోతుండగా

'అయినా.. వీడు నీటిలో గాలి ఎలా పీలుస్తున్నాడు.. అంటే.. నువ్వు.. నువ్వు.. వాడికి ఆ శక్తిని ఇచ్చావన్న మాట.' అన్నాడు ఇంకా కోపంగా..

నిశ్శబ్దంగా నిలుచుండి పోయింది సిరి. ఆ సంభాషణ చూస్తూ, తన భవిష్యత్తు అర్థం కాక, భయంతో వనికిపోతూ.. నిలుచున్నాడు మల్లి.

'ఇప్పుడు ఈ మానవుడు తన లోకానికి వెళ్లి ఇక్కడ జరిగిందంతా చెబితే ఏం జరుగుతుందో తెలుసా నీకు!!?' అన్నాడు మళ్ళీ ఆ పెద్దాయన

'సామీ.. నేనోలకు సెప్పను గానీ.. నన్నొగ్గేయి సామి.. నీకు పుణ్యముండిద్ది.. నా ఇంటిది నీల్లోస్కోని ఉండే.. మా యమ్మకు నేనొక్కడినే బిడ్డను.' అన్నాడు ప్రాధేయపడుతూ.

'ఈ భూమి మీద ఉన్న చరాచర జీవులన్నింటిలో నమ్మకూడని ప్రాణి మనిషి..' అన్నాడు

'నాన్న గారు.. దయచేసి నా తప్పు క్షమించండి. అతన్ని వదిలేయండి.. భూమి మీదకు వెళ్లినాక ఇక్కడ జరిగినది ఏదీ గుర్తు ఉండకుండా చేద్దాం.. పాపం నాన్న.. వదిలేయండి...' అంది సిరి.

'వీడు మన శత్రువు.. వదిలే ప్రసక్తే లేదు.. వీడిని కాపాడే ప్రయత్నం చేసినందుకు నీకూ శిక్ష తప్పదు' అంటూ.. చెయ్యి పైకి లేపాడు.. వెంటనే ఒక పెద్ద వెలుగుతో, తన చేతిలోకి పెద్ద కత్తి వచ్చింది.

'ఈ పాపి పాపాలు ఇక్కడితో సమాప్తం.' అంటూ మల్లి గొంతు కోసేసాడు.

****

'మావా..' అంటూ.. పెద్ద కేక పెట్టి లేచింది మంగి. ఒళ్ళంతా చెమటలు పట్టి.. గుండె వేగంగా కొట్టుకుంటుండగా, భయంతో వణికిపోతోంది. వెంటనే చుట్టూ చూసుకుంది. మంగి తన గుడిసెలోనే ఉంది. పక్కన ఉన్న అత్త, మంగి అరుపుకి భయపడి లేచింది.

'ఏమైందే మంగి.. ఏమైనా కలగన్నావా.!? ఇయ్యాల వచ్చేస్తాడులే మల్లి గాడు.. బెంగడకు..' అంది వెన్ను తడుతూ..

'అమ్మో.. కలనా.. ఎంత భయపడ్డానో.' అంటూ.. లేచి మంచి నీళ్ళు తాగింది. అప్పుడే సూర్యోదయం అవుతుంది.

'మావా.. తొందరగా రా మావా..' అని మనసులో అనుకుంటూ ఇక లేచి తన దినచర్య మొదలు పెట్టడానికకి బయటకు వెళ్ళింది.

అప్పుడే సముద్రం నుండి నడుచుకుంటూ వస్తూ మల్లి కనిపించాడు.

వెంటనే ఆనందంతో మంగి పరుగున వెళ్లి, మల్లిని గట్టిగా హత్తుకొని,

'మావా.. వచ్చేసినావ.. నేను సానా బెంగడిపోయా.. ఇట్టా, నన్నొదిలి పోబాకు మావా..' అంటూ కంట తడి పెట్టుకుంది

'నాకేటవుతదే.. పిచ్చి దానా.. సర్లే.. ఇయ్యాల్టి సంది, పొద్దుగూకగానే గుడిసెకొస్తాలే.. ఏడవకు..' అన్నాడు.. మంగిని పట్టుకొని.. సంతోషంగా చూసిన మంగి, మల్లి మెడ మీద నల్లటి గీతలు లాగా కనపడగా, ఒక్క సారిగా భయపడింది. వెంటనే కళ్ళు నలుపుకొని మళ్ళీ చూసి, అది తన భ్రమ అని నిర్ధారించుకొని ధైర్యంగా ఊపిరి పీల్చుకుంది.

4. బంధమా.. ప్రతి బంధకమా..!!

"మానభంగాలు మాకు మామూలే.!!" అనిత అన్న ఆ మాటలకు నేను ఒక్క సారిగా అవాక్కయ్యాను. ఒక మహిళకు మానభంగం జరిగిన విషయం గురించి తన కుటుంబ సభ్యులతో మాట్లాడి, పంపించాక, అప్పటికే నా కోసం ఎదురు చూస్తున్న అనిత వైపు చూసాను. తను అన్న ఆ మాటకు ఆశ్చర్యపోయాను. అది ఏదో ఆవేదనతో అన్నదే కానీ, నిజంగా తన ఉద్దేశం అది కాదులే అని సరిపుచ్చుకోవాలి అనుకుంటున్న నాకు, "నిజమే మేడం.. మాకు మానభంగాలు మామూలే. కానీ

ప్రతి సారీ చేసేది ఒకే వ్యక్తి.. అదీ మా భర్తే." అంది, పూర్తి స్పృహతోనే తాను ఆ మాట చెబుతుంది అని నిర్ధారిస్తూ.

వృత్తి పరంగా లాయర్ ని అయ్యి, మహిళల హక్కుల కోసం కృషి చేస్తున్న నాకు, అడుగు అడుగులో మహిళలు ఎదురుకొంటున్న అసమానతలు, అణిచివేతలు కనిపిస్తూనే ఉన్నాయి. ఆడపిల్లను భారంగా భావించి, సరైన బట్టలు, భోజనం, విద్య అందించడానికి కూడా వివక్ష చూపించే తల్లితండ్రుల చెర నుండి బయట పడిన వారు, తమ మీద ఆధారపడి బ్రతకటానికి, జీతం ఆశించని ఒక బానిస వచ్చింది అనే ఆలోచనా దృక్పధంతో ఆహ్వానించే అత్తా మామల కట్టడిలోకి వెళ్లడం అనేది ఒక మైలు రాయి. తన జీవితం అంతా, భర్త బాగోగులు చూసుకోవడం కోసమే అని భావించి భర్తను భరిస్తూ, భారంగా బ్రతుకు బండి లాగడమే ఆడదాని జీవితం అనుకుంటారు.

అనిత, మా ఇంటి దగ్గర్లో ఉంటుంది. బాగా చదువుకొని ఒక మంచి ఉద్యోగంలో ఉంది. ఎప్పుడైనా కనిపిస్తే పలకరించడం తప్ప, నాకు తనతో పెద్దగా పరిచయం లేదు. రెండు గంటల క్రితం నాకు తన నుండి ఫోన్ వచ్చింది. తన భర్త నుండి తనకు విడాకులు కావాలి అంది. 'ముందు కలిసి మాట్లాడదాం రండి' అని నేను చెప్పాను.

"మానభంగాలు మాకు మామూలే." అని తాను అనడంతో, ఈ అరాచకాలు, ఆక్రన్దనలు, అన్ని వర్గాల మహిళల్లో సహజమేనా అనే భావన కలిగింది.

"అదేంటి అనిత.. అలా అంటున్నారు." అని ఆశ్చర్యంగా అడుగుతున్న నాకు, పెదవులపై ఒక చిరునవ్వు విసిరి,

"ఒక మహిళని ఎవరో మానభంగం చేశారు అని మీరు ఆవేదన చెందుతున్నారు కదా.. కానీ మన దేశంలోని సగం కుటుంబాలల్లో, ప్రతి రోజు జరిగేవి అవే. కాకపోతే, తాళి కట్టి అధికారం పొందడం వల్ల, వారిని శిక్షించడం సాధ్యం కాదు. అంతే." అంది

"అలా అంటారు ఏంటి మేడం. అది ఆడా మగా, ఇద్దరి అవసరం కదా. అది ఒకరి ఇష్టానికి విరుద్ధంగా ఎలా జరుగుతుంది!?" ఆశ్చర్యంగా అడిగాను నేను.

"జోక్ చేయకండి మేడం. ఆడ దాని అవసరం తీర్చే అవసరం, ఆలోచన, అలవాటు, ఆఖరికి అవగాహన ఎందరు మగవాళ్లకు ఉంటుంది చెప్పండి. అందరూ

పెళ్ళాం అంటే తన అవసరాలు తీర్చే వస్తువుగానే చూస్తారు. అధిక శాతం మహిళలు అసలు ఆనందం అంటే ఏంటో తెలియకుండానే జీవితం గడిపేస్తున్నారు కదా అండి" అంది. ఆవేశంతో ఉన్న తనకు మాట్లాడే అవకాశం ఇవ్వడం అవసరం అని నేను నిశ్శబ్దంగా ఉండిపోయా.

ఒక క్షణం నిశ్శబ్దం తరవాత, "సరే, మీ అనుభవంతో చెప్పండి. ఏ స్త్రీని కదిలించినా, కన్నీటి కథలే కదా మేడం. పోయిన వారం మా ఆఫీసులో ఆయమ్మగా పని చేస్తున్న ఒక మహిళను తన జీవితం గురించి అడగగా, 'ఆయన రోజంతా కష్టపడ్డాడని, రేతిరికి ఆ సారా దుకాణం దగ్గర వచ్చిన డబ్బంతా ఖర్చు చేసి వస్తాడమ్మ. ఇల్లు నడిచేది అంతా నా జీతంతోనే.' అంది.

'అదేంటి మరి.. నువ్వు కూడా కష్టపడుతున్నావ్ కదా.. అయినా అలాంటి వాడికి ఎందుకు తిండి పెట్టి పోషిస్తున్నావ్. నీ జీవితం నువ్వు బ్రతకొచ్చు కదా' అని నేను అడిగితే,

'తిండి పెట్టడం ఏం కష్టం కాదమ్మా. ఎలాగూ నా కోసం చేసేదే, కాసిన్ని నూకలు ఎక్కువేస్తే సరి.. కానీ ఆ సారాయి కంపుతో, బలవంతంగా కాపురం చేయమంటాడు కదా.. అదే కష్టంగా వుంటదమ్మా.' అని ఆ ఆయమ్మ, మనసులోని బాధ కళ్ళల్లో చూపిస్తూ చెప్పిన మాట నన్ను ఎంతో బాధ పెట్టింది. అయినా, అది ప్రతి ఇంటి కథే అని సర్దిచెప్పాను. కానీ తప్పు చేశాను అని ఇప్పుడు అనిపిస్తుంది. బాధించే బంధాలను భరించే అవసరం లేదు అని చెప్పవలసి ఉండే.." తన తప్పు తాను తెలుసుకున్నట్టు పశ్చాత్తాపంతో అంటుంది..

"కానీ ఈ రోజు.. ఈ రోజు నన్ను పెళ్లి చేసుకున్న వాడు చేసిన పనికి, ఇక జీవితంలో నేను మళ్ళీ తనకు భార్యగా ఉండను." అంది ఆవేశంగా.

"సరే.. మీకు కోరుకున్నట్టే చేద్దురు కానీ, అసలు ఏమి జరిగింది మేడం.?" అడిగాను, ఇక ఏదో ఒక పరిష్కారం చేయవలసిందే అనే నిర్ధారణతో.

"వివాహం ఒక అనుబంధాన్ని ఇస్తుంది అనుకొని చేసుకున్నాను కానీ, అదే ఒక ప్రతి బంధకంగా అవుతుంది అని ఊహించలేదు. పెళ్లి జరిగిన ఈ పది సంవత్సరాలల్లో ఒక్క రోజు కూడా నా సంతోషం గురించి ఆలోచించకుండా, ప్రతి క్షణం, నేను అంటే

నా కుటుంబం అనే భావనతో, పాటు పడుతున్నా. ఇంటి బాధ్యత, పిల్లల బాధ్యత చూసుకుంటూ, ఉద్యోగం చేసుకుంటూ, నా కోసం నాకు సమయం లేనంతగా నన్ను నేను ఆక్రమించుకొని బ్రతికేస్తున్నా. కరోనా వల్ల, ఈ మధ్య నా భర్తకు ఉద్యోగం పోయింది. అయినా నేను ఏమీ అనలేదు. మళ్ళీ ఉద్యోగ ప్రయత్నాలు చేస్తారులే అని అనుకున్నాను. కానీ, రోజంతా ఖాళీ సమయం దొరకడంతో పూర్తిగా ధ్యాస నా మీదకు వచ్చింది. ఒక రకమైన ఆత్మ న్యూనతా భావంతో, అభద్రతా భావంతో నన్ను అను క్షణం హింస పెట్టడం మొదలు పెట్టాడు. శారీరికంగా పెట్టే హింస, ఒక రకమైన మానభంగం అయితే, మానసికంగా పెట్టేది మరొక రకం. మొదటి దానికి కొన్ని నిమిషాలు కళ్ళు, నోరు మూసుకొని భరిస్తే ఆ నరకం దాటొచ్చు, కానీ మానసికంగా, అనుమానాలతో అవమానాలతో, అందరిలో అపహేళన చేస్తూ ఇబ్బంది పెడుతుంటే, ప్రతి పురుషుడితో, రంకు అంటగట్టి, అనుచితంగా మాట్లాడుతుంటే, ఇంకా తట్టుకొని కలిసి బ్రతకడం నా వల్ల కాదు మేడం." అంది అంత సేపు ఆపే ప్రయత్నం చేసినా ఆగక, కట్టలు తెంచుకున్న కన్నీటిని వెక్కి వెక్కి వెళ్లగక్కుతూ.

కొన్ని క్షణాలు తనకు కోలుకోవడానికి సమయం ఇచ్చి, "మీ ఆవేదన అర్థం చేసుకోగలను, కానీ మళ్ళీ ఒక సారి ఆలోచించండి. మీ పిల్లల భవిష్యత్తు మీద ఏమి ప్రభావం ఉంటుందో." అన్నాను, మళ్ళీ ఒక సారి తనకు ఆలోచించే అవకాశం ఇవ్వడానికి.

వెంటనే అనిత ఆవేశంగా, "అందుకే విడాకులు అడుగుతున్నా మేడం. నా కొడుకు అలాంటి వాడి పర్యవేక్షణలో పెరిగితే, రేపటి రోజున, మరొక ఇంటి నుండి వచ్చిన మరొక స్త్రీ జీవితం కూడా ఇలాగే దుర్భరంగా మారే అవకాశం ఉంది అనే, వాడిని నా భర్త నుండి కాపాడాలని అనుకుంటున్నా." అంది కళ్ళు తుడుచుకుంటూ, తన దృఢ నిశ్చయాన్ని తెలియ చేస్తూ.

ఆ పైన నాకు అనితకి నచ్చచెప్పదనికి అవకాశం, అవసరం రెండూ కనిపించలేదు. తనకు నచ్చినట్టు తాను బ్రతికే హక్కు తనకు కల్పించాలి అని అనుకుంటూ అడిగా. "సరే.. పరస్పర అంగీకారంతో అయితే సులువుగా అవుతుంది. దానికి అతను ఒప్పుకుంటాడా.?" అడిగాను అనుమానంగా

" ఒప్పుకోడు మేడం. తనకు నేను అన్నీ సమయానికి అందించే ఒక యంత్రాన్ని. నన్ను ఎందుకు వదులుకుంటాడు. కానీ తన బాధ్యతలు ఏంటో తనకు తెలియట్లేదు. రోజు రోజుకీ నన్ను ఒక మనిషిలాగా కూడా చూడట్లేదు. నా జీతమే కాదు, నా జీవితం మీద కూడా నాకు హక్కు లేదు. కొద్ది రోజుల క్రితం, నా స్నేహితురాలికి ఆరోగ్యం బాగా లేదు అంటే, తన దగ్గరికి వెళ్ళాలి అనుకున్నా. ఖర్చులకు నా జీతంలోని కొన్ని డబ్బులు ఇవ్వమని అడిగితే, 'అవసరాలు తీర్చడానికే వెళ్తున్నావ్ గా, నీ అవసరాలు వాళ్ళు కూడా తీరుస్తారు లే, ఆమె అవసరాలు, ఆమె భర్త అవసరాలు, అన్నీ తీర్చుకొని, బాగా ఎంజాయ్ చేసి రా.' అంటూ అసహ్యంగా మాట్లాడాడు. అలాంటి వాడు ఎప్పటికీ నన్ను చూసుకుంటాడు అనే నమ్మకం నాకు లేదు. " అంది కోపంగా.

"ఇంతకీ ఇవాళ ఏమి జరిగింది.!?" అడిగాను ఒక ముగింపుకి వచ్చే ఉద్దేశంతో.

"ఇవాళ నాకు తల నొప్పిగా ఉంది అని మధ్యాహ్నం ఆఫీస్ నుండి ఇంటికి వచ్చి, టాబ్లెట్ వేసుకొని పడుకున్నా. వచ్చి నా మీద చెయ్యి వేసాడు. 'తల నొప్పిగా ఉంది' అన్నాను. 'ఆఫీసులో బాగా అలిసిపోయావా.. నా దగ్గర మాత్రం ఓపిక లేదా.. ఆఫీసరుని చూసాక నేను నచ్చనులే..' అంటూ ఇంకా ఇంకా అసహ్యంగా మాట్లాడాడు. కోపం ఆపుకోలేక నేను లేచి గట్టిగా అరిచాను, 'ఇప్పుడు తల నొప్పి తగ్గిందా' అంటూ గొడవ పెంచి, నన్ను బలవంత పెట్టబోయాడు. అడ్డుకునే ప్రయత్నం చేయడంతో, నన్ను గోడకు వేసి కొట్టాడు." మళ్ళీ ఒక సారి కట్టలు తెంచుకున్న దుక్ఖంతో ఏడుస్తుంది.

కాసేపటికి తనని తాను సముదాయించుకొని, "నన్ను బలవంత పెట్టే, నన్ను కొట్టే అధికారం తనకు ఎవరు ఇచ్చారు మేడం. ఒక భార్యగా, నా బాధ్యత అనుకొని, తన అవసరాలు అన్నీ తీరుస్తూ, నా జీవితం అంతా ఒక్క తప్పు చేయకుండా, కనీసం సమాజంలో పరువుగా బ్రతకాలి అనుకొని, ఇంటి గుట్టు బయటకు రావొద్దు అని భరిస్తున్న నన్ను.. ఇలా బాధించడం న్యాయమా.? ఇక ఇలా బ్రతకడం నా వల్ల కాదు. బ్రతికినన్ని రోజులు నా పిల్లల్ని ప్రయోజకులుగా మలుచుకుంటూ, నాకు నచ్చినట్టు నేను బ్రతుకుతా. నన్ను ఈ నరకం నుండి కాపాడండి మేడం. ఇన్ని రకాల మాన భంగాలు ఇక నా వల్ల కాదు." అంది, చేతులు జోడిస్తూ.

వెంటనే తన చేతులు పట్టుకొని, "తప్పకుండా అనిత. తప్పకుండా మీ జీవితం మీ చేతిలో పెడుతా. అణిచివేతలను భరిస్తున్నా కొద్దీ, మగవాళ్లకు తమ తప్పులు తెలిసి రావు. విడాకులు మాత్రమే కాదు, అతనికి చట్టప్రకారం శిక్ష కూడా వేయిద్దాం. ధైర్యంగా ఉండండి." అని మాట ఇచ్చా, అనిత ఒక్కతే కాక, ఇలాంటి మహిళలందరికీ, వారి శరీరాలపైనే కాక, వారి జీవితాల మీద కూడా వారికి పూర్తి అధికారం దక్కే రోజు రావాలని ఆశిస్తూ, ఒక లాయర్ గా నా వృత్తి ధర్మం నెరవేర్చడంతో పాటు, ఒక సాటి మనిషిగా నా బాధ్యత నిర్వహించాలి అని నిర్ణయించుకుంటూ.

****

5. సరిలేరు మాకెవ్వరు.

ఇవాళ నేను నా కథను రాయబోతున్నాను. నాకు తెలిసి, ఇప్పటి వరకు నా లాగా, నా వృత్తిలో ఉన్న వారు ఎవరూ, ఇలా అందరి ముందు నిర్భయంగా మాట్లాడింది లేదు.. దాని వల్లనే మా వృత్తి గౌరవ మర్యాదలకు నోచుకోవట్లేదు. జీవనోపాధుల గురించి చెప్పమంటే, డాక్టర్, లాయరు, పోలీస్, ఇంజినీర్, టీచర్ లాంటివే కాక, కుమ్మరి, కంసాలి, చేనేత, వడ్రంగి, వంటి ఎన్నో చేతి వృత్తుల గురించి అందరూ చెబుతారు కానీ, ఒక్కరు కూడా మా వృత్తి గురించి మాట్లాడకపోవడం చూసి, మనసు నొచ్చుకొని ఇక నేనే రాయడం మొదలు పెట్టాను. మా వృత్తిలో

కూడా చేతి వాటమే చూపించవలసి ఉంటుంది కాబట్టి మమ్మల్ని కూడా చేతి వృత్తుల జాబితాలో చేర్చాల్సిన ఆవశ్యకత ఎంతైనా ఉందని సవినయంగా మనవి చేస్తున్నా. ఇంతకీ నా వృత్తి ఏంటో చెప్పనే లేదు కదా.. నేను ఒక 'చోరుడిని..' అంటే, 'దొంగని'. మీరు ఆశ్చర్యంగా చూసినా, లేక అసహ్యంగా చూసినా., ఇవాళ నేను గర్వంగా చెప్పుకుంటా..! మా వృత్తి లోని గొప్పతనం తెలుయక పోవడం వల్లనే మీరు మమ్మల్ని అలా భావిస్తున్నారు.

ముందుగా మా వృత్తిలో ఉండే కష్టాలు మీలో ఎందరికి తెలుసు.!? ఇప్పుడు చెబుతాను. మమ్మల్ని హేళనగా చూసే వారంతా, నిదానంగా వినండి. ఒక ఇంట్లో దొంగతనం చేయాలి అంటే, దానికి ఎంతో ముందు నుండి ఒక ప్రణాళిక చేసుకోవాలి. ముందుగా కుక్కలు లేని ఇల్లు చూసుకొని, ఇంటికి ఉన్న దారులు, యజమానులు ఉండని రోజులు, లోపలికి వెళ్లగల సులువైన పద్ధతి, అవన్నీ తెలుసుకోవడము ఒక పెద్ద పని. ఆ తరవాత, అందరూ ప్రశాంతంగా నిద్ర పోతున్నప్పుడు, మేము నిద్ర మానుకొని, మా వృత్తి చేసుకోవడానికి వెళ్ళాలి. ఎన్నో సార్లు, అనుకున్న ప్రకారం జరగదు. క్షణాల్లో పరిస్థితులను బట్టి, ప్రణాళికలను మారుస్తూ, మరొక కొత్త ప్రయత్నం మేము చేయాలి. దానికి ఎంత చాకచక్యం, సమయస్ఫూర్తి కావాలో మీకు తెలుసా.! ఎన్నో సార్లు అనుకున్న లాభం రాదు. అయినా నిరుత్సాహ పడొద్దు. ఎన్నో విఫల యత్నాల తరవాత గానీ మా ప్రయత్నంలో మేము సఫలం అవ్వలేము.! ఈ మధ్య, ప్రతి చోటా సి.సి కెమెరాలు ఒక తల నొప్పిగా మారాయి. బ్యాంకులు, ఆఫీసులే కాదు, ఇళ్లల్లో కూడా పెడుతున్నారు. వాటికి దొరకకుండా ఉండడానికి, మొహాలకు మాస్కులు పెట్టుకోవడం తప్పట్లేదు. చిమ్మ చీకటిలో, ఊపిరాడని మస్కులల్లో, శబ్దం చేయకుండా, తెలియని చోట.. ఊ.. మా కష్టాలు ఏమని చెప్పమంటారు!!

ఇంటి దొంగతనాల కష్టాలు ఇలా ఉంటే, ఇక జేబులు కొట్టడం అయితే ఈ మధ్య అస్సలు గిట్టుబాటు అవ్వని పనిగా మారింది. ఇరుకిరుకుగా ఎక్కువ జనం ఉన్న చోట్లకు వెళ్లి, ఆ చెమట కంపులో, ధనవంతులుగా కనిపించే వారిని వెతికి, వారికి తెలియకుండా జాగ్రత్త పడుతూ కష్టపడి కొన్ని పర్సులు కొట్టేస్తే, అందులోని అన్ని పర్సులల్లో, డబ్బులు తక్కువ, కార్డులు ఎక్కువ ఉంటున్నాయి. ఆ కార్డులు మేమేమి చేసుకోము!! అదొక వృధా ప్రయాస అయితే, ఒక వేళ పొరపాటున మేము

ఆ ప్రయత్నంలో దొరికితే, అక్కడి జనాలల్లో ఎక్కడ లేని ఐక్యత వచ్చి మరీ మమ్మల్ని చితక బాదుతారు. ఒక సారి నాకు అలా జరిగినప్పుడు, దేవుడి దయవల్ల, ఏదో, ఆ సమయంలో మాలో ఒకడు అందులో ఉండబట్టి, పోలీసులకు అప్పచెబుతానని చెప్పి, ఆ జనం నుండి నన్ను కాపాడి తీసుకెళ్లాడు. లేకపోతే వాళ్ళ చేతిలో నేను ఏం అయిపోయే వాడినో!! ఆ నొప్పులనుండి కోలుకోవడానికి దాదాపు వారం పడితే, ఆ భయం నుండి కోలుకోవడానికి నెల పట్టింది.

సరే, ఏదైనా షాప్ లో బంగారం వంటి ఏదైనా విలువైన వస్తువులు దొంగతనం చేయాలని అనుకుంటే, సెక్యురిటి చెకింగ్లు, కెమెరా మానిటరింగ్, దాటుకుని వెళ్లి, కష్టపడి, ఒకరు వ్యాపారిని మాటల్లో పెడితే, మరొకరు తన చేతి ప్రతిభ చూపించాలి. ఎన్నో ప్రయత్నాలకు ఒకటి విజయవంతం అయితే, అదే చాలా గొప్ప. తరవాత, ఆ షాప్ వాళ్ళు మా పనితనాన్ని పసిగట్టాక, దానిని మెచ్చుకోవడం మానేసి, మీడియా వారికి ఆ సీ.సీ టీవీ క్లిప్స్ ఇస్తే, వారి టీ.ఆర్.పీ రేటింగ్ కోసం న్యూస్ ఛానెల్స్లో మా వీడియో క్లిప్స్ వేసిందే వేసి వేసి చంపితే, మేము భయం భయంగా బయట తిరగాల్సి వస్తుంది.

ఇక చైన్ స్నాచ్ చేయడానికి వస్తే, అది ఇంకొక రిస్కీ పని అయింది. గొలుసులు తెంపడంలో, ఎంతో ప్రాక్టీస్ చేసి, నైపుణ్యాన్ని పొందాము కానీ, ఈ మధ్య, ఏది బంగారమో, ఏది కాదో తెలియట్లేదు. తీరా కష్టపడి, ప్లాన్ చేసి, ఒంటరిగా దొరకబట్టి, రిస్క్ చేసి గొలుసు తెంపి తీసుకెళ్లాక, అది గిల్టుది అయితే ఉండే బాధ మాటల్లో చెప్పలేనిది. ఏదో అదృష్టం బాగుండి, బంగారు గొలుసే దొరికి, దొంగతనం చేసిన దాన్ని తీసుకెళ్తే, సగం రేటుకే కొంటారు ఆ మార్వాడీలు. ఇది మా శ్రమ దోపిడీ కాదా.! ప్రతి పెద్ద పట్టణంలో, మా ప్రతిభతో కొట్టేసే వస్తువులకు గాను ఒక చోర్ బజార్ ఉంది అనే సంగతి చాలా మందికి తెలుసు. దాన్ని నమ్ముకొని ఎందరో వ్యాపారాలు చేసుకుంటుంటే, ఎందరో పోలీస్ వారు, ఆ మాముళ్ళతో సంతోషంగా బ్రతుకుతున్నారు. అందులో మేము అమ్మే వస్తువులను, వ్యాపారస్తులు, అసలు ధరలో కేవలం సగం ధరకే కొని, అమాయకులైన మా వాళ్ళను మోసం చేస్తుంటారు. సగం లాభం పొందిన వారిది గౌరవ వ్యాపారం, అంత కష్టపడి తెచ్చిన మాకు మాత్రం సమాజంలో దక్కదు గౌరవం.. ఇది ఎంత వరకు న్యాయం..!!

సరే, ప్రతి వృత్తిలో కష్టం ఉంటుందిలే అనుకుందాం అంటే, మా వృత్తి ఎందుకు అంత గొప్పదో, మా వల్ల సమాజానికి ఎంత మంచి జరుగుతుందో ఇప్పుడు చెప్తా వినండి. మీకు తెలుసా, కేవలం భారత దేశంలో, ప్రభుత్వ పోలీస్ వ్యవస్థలో, పదిహేను లక్షలకు పైగా ఉద్యోగులు ఉన్నారు అని..!! వాళ్ళందరికి ఉపాదికి మూల కారణం ఎవరు.. మేము కాదా!!? మన దేశంలోనే ఇరవై లక్షల... అవునండి, అక్షరాలా ఇరవై లక్షలకు పైగా సెక్యూరిటీ గార్డ్స్ ఉన్నారని తెలుసా.. వారందరి ఉద్యోగ భరోసా మేము కాదా.. మేమే లేకపోతే, వీళ్ళందరికి ఉపాధి ఎలా అని మీరు ఎప్పుడైనా ఆలోచించారా!? అంతే కాదు, సి.సి కెమెరాలు చేసే, అమ్మే కంపెనీలు, వాటిలో ఉద్యోగులు, వారి మీద ఆధారపడ్డ వారి కుటుంబీకులు, వారి పని వారు.. వాళ్ళందరికి తోడు, మా వాళ్ళు దొరికినప్పుడు, మా కేసులు వాదించే లాయర్లు, తీర్పు ఇచ్చే జడ్జీలు, మమ్మల్ని పెట్టే జైళ్ల సిబ్బంది.. ఇలా చెబుతూ పోతే.. అబ్బో.. లెక్కించడం కూడా కష్టమే మరి.. వీరంతా బ్రతికేది మా వృత్తి చలవ వల్లనే కాదంటారా!!?

ఇంకొక వైపు, బైక్, కార్, ఇల్లు నుండి సెల్ ఫోన్ వరకు, దొంగ తనం జరిగితే కొత్తది లేదా నష్ట పరిహారం ఇస్తామని చెప్పే ఇన్సురెన్సు కంపెనీలు.. వందలో ఒకటీ రెండు దొంగ తనాలు జరుగుతాయేమో కానీ, ఆ భయంతో అందరూ ఇన్సురెన్సు డబ్బులు కట్టడం వల్లనే కదా.. ఈ కంపెనీలు నడుస్తున్నాయి. నిజానికి వీరందరికీ ఉపాధి కల్పించే, వారి కుటుంబాలకు బ్రతుకును ఇచ్చే దేవుళ్ళం మేము. అంతే కాక, మనిషులకు బాధ్యత నేర్పేది మేమే.. భయం నేర్పేది మేమే.. అన్నిటి కన్నా ముఖ్యంగా, కష్టం వచ్చినప్పుడు తోడు నిలిచే మిత్రులెవరో, అవకాశ వాదులేవరో చూపించేది మేమే..!!

అయినా, తెలియక అడుగుతాను, దొంగతనం చేయనిది ఎవరు!? మా కుల దైవమైన, వెన్న దొంగ, గోపికా వస్త్రాపహారి, గోపాలుడితో మొదలు., ప్రజల డబ్బులు దోచుకునే నాయకుల నుండి, వారికి కేటాయించిన డబ్బులని నొక్కేసే అధికారుల వరకు, ఇంట్లో అమ్మ దాచిన లడ్డు లను దొంగతనంగా తినే పిల్లాడి నుండి, స్నేహితుల చాక్లెట్లు, బాక్స్ లు తినే స్కూల్ పిల్లల వరకు, నాన్న జేబు నుండి వంద రూపాయలు తీసే కొడుకు నుండి, ప్రియుడి మనసు దోచే ప్రేయసి వరకు.. అందరూ

దొంగలే కదా.!? మేము ఒప్పుకున్నట్టు, వారు ఒప్పుకోరు అంతే.. సమాజంలో మాకు ఉండని గౌరవం, వారు పొందుతుంటారు అంతే.. దొరకనంత వరకు అందరూ దొరలే.! దొరుకితే అందరూ దొంగలే.! కాబట్టి, ఇలాంటి గొప్ప వృత్తిలో ఉన్న మమ్మల్ని, మా కష్టాన్ని, మా ప్రాముఖ్యతను ప్రజలు, ప్రభుత్వాలు ఇకనైనా గుర్తించి, మాకు తగిన గౌరవాన్ని ఇవ్వాలని మా దొంగల తరఫున కోరుకుంటున్నాము. మా వృత్తికి తగిన గౌరవాన్ని ఇవ్వడమే గాక, మాకు ప్రభుత్వం వారు ఒక జీవిత భద్రత కలిపించాలని, "చోర రత్న", "చోర కళా శిరోమని" వంటి బిరుదులతో సన్మానించి, సత్కరించి, మమ్మల్ని ప్రోత్సహించాలని కోరుకుంటున్నాము. లేని పక్షాన మేము మా వృత్తిని మానుకొని, మా మీద ఆధారపడ్డ ఎన్నో లక్షల కుటుంబాలను రోడ్డున పడేస్తామని హెచ్చరిస్తున్నాము. జై చోర వృత్తి.. జై జై చోర కళ.!!

****

ఇది కేవలం సరదాగా కాసేపు నవ్వించడానికి రాసిన కథ మాత్రమే అని, ఈ కథకు నా నిజ జీవితానికి ఎలాంటి పోలిక, లేక సంబంధం లేదని, దొంగతనాలను ప్రోత్సహించడం, లేదా ప్రేరేపించడం నా ఉద్దేశం కాదని విన్నవించుకుంటున్నాను..

****

6. యత్ర నార్యస్తు పూజ్యతే::

హోరున వర్షం కురిసి, అప్పుడే తగ్గుతున్న ఆనవాళ్లు కనిపిస్తున్నాయి. రాత్రి డ్యూటీ వాళ్ళు వస్తే, తాము వెళ్లిపోవచ్చు అన్నట్టు, అసహనంతో ఎదురుచూస్తున్నారు, ఆ పోలీస్ ఠానా లోని పోలీసులు. అంతలో, తడిచిన బట్టలతో, చేతికి గాయం అయ్యి, రక్తం మరకలతో, లోపలికి అడుగు పెట్టింది ఒక యువతి. లోపలికి ప్రవేశిస్తూనే అలిసిపోయినట్టు, పక్కనే కులబడింది.

మొహంలో రక్తపు చుక్క లేనట్టు, నిర్వీర్యంగా అచేతనంగా ఉన్న ఆ యువతి దగ్గరికి, ఆ స్టేషన్ ఎస్.ఐ గారి కనుసైగతో, ఒక మహిళా కానిస్టేబుల్ వెళ్ళింది. దగ్గరగా

వెళ్లి, భుజం మీద మెల్లిగా తట్టింది. వెంటనే ఆ యువతి ఉలిక్కిపడి, భయంతో వనికిపోతూ,

"వద్దు.. వద్దు.. నన్ను ఏమీ చేయొద్దు.." అంటూ అరిచింది. ఊహించని ఆ పరిణామానికి అక్కడ ఉన్న అందరూ ఆశ్చర్యపోయారు. వెంటనే కోలుకుని, ఆ కానిస్టేబుల్..

"ఏం భయం లేదమ్మా.. మేము అందరం ఉన్నాం కదా.. భయపడకు.." "నీ పేరు ఏంటి.. మీ ఇల్లు ఎక్కడ" అని అడిగింది..

ఒక్క సారిగా నిశ్శబ్దం.. ఆ యువతి శూన్యం లోకి చూస్తూ ఉండిపోయింది. అంతలో ఎవరో, ఒక టవల్ లాంటిది తెచ్చి ఆ యువతికి ఇచ్చారు. "ముందు ఒళ్లు తుడుచుకోమ్మా.. వేడిగా కొంచం టీ తాగుదువు.." అంది ఆ మహిళా కానిస్టేబుల్. కొద్ది సేపు, ఆ యువతికి సామాన్య స్థితికి రావడానికి సమయం ఇచ్చి, ఒక మహిళా ఇన్స్పెక్టర్ని పిలిపించి, అసలు ఏమి జరిగిందో తెలుసుకునే ప్రయత్నం మొదలు పెట్టారు సిబ్బంది.

"నా పేరు అవని. నా వయసు ఇరవై రెండు. మా నాన్నగారు, మా గ్రామంలో చిన్న కిరాణా కొట్టు వ్యాపారం చేస్తూ, కష్టం మీద మా కుటుంబాన్ని నడిపించేవాడు. మా అమ్మ, నాన్న సంపాదనతో ఇల్లు గడిపే ప్రయత్నంలోనే ప్రతి రోజూ గడిపేది. నా తరవాత ఏడు సంవత్సరాలకు పుట్టిన తమ్ముడు. వాడిని చూసుకుంటూ, బడికి వెళ్ళి వస్తూ, నేను సంతోషంగా బ్రతికేదాన్ని. అలాంటిది, నా ప్రస్తుత పరిస్థితికి మూలం, నా ఎనిమిదేళ్ళ వయసులోనే పడింది.

తమ్ముడి మొదటి పుట్టిన రోజు అని, అమ్మ, మా వాడలో ఉండే వాళ్లందరిని కేక్ కటింగ్ కి పిలిచింది. భోజనం పెట్టే స్థోమత లేకపోయినా, స్వీట్, ఖారా ఇచ్చి, కేక్ ఇచ్చి పంపించాలని ఆలోచన. ఎంతో సంతోషంగా అందరికీ ప్లేట్లు అందించి సంబరంగా నిలుచున్న నన్ను, పక్కింటి వెంకట్ మామయ్య పిలిచాడు.

'ఏంటి మామయ్య..!?' నవ్వుతూ వెళ్ళాను.

'ఏం లేదు అవని.. ఒకసారి ఇలా రా.' అన్నాడు, కిందికి పైకి చూస్తూ.. ఆ చూపులకు, కొంచం భయంగానే దగ్గరికి వెళ్ళాను.

వెంటనే నన్ను ఎత్తి, తన ఒళ్ళో కూర్చోబెట్టుకున్నాడు.

'ఎంత పెద్దగా అయిపోయావు.. ముద్దుగా ఉన్నావు..' అంటూ, తన చేతులతో నా శరీరం అంతా తడుముతున్నాడు. నాకు చాలా ఇబ్బందిగా అనిపించింది.

'వదులు మామయ్య.. అమ్మ దగ్గరికి వెళ్ళాలి..' అన్నా, విడిపించుకునే ప్రయత్నం చేస్తూ..

'అరే.. అంత తొందరేం ఉంది.. కాసేపు ఉండు.. మామయ్య దగ్గర భయం ఏంటి.!?' అంటూ అలాగే పట్టుకున్నాడు.

చుట్టుపక్కల చూసాను. ఎవరి మాటల్లో వాళ్ళు బిజీ గా ఉన్నారు. ఎవరూ మమ్మల్ని గమనించట్లేదు. ఇంటికి వచ్చిన అందరి ముందు గట్టిగా అరవాలి అంటే భయం వేసింది. 'ప్లీజ్ మామయ్య..' అంటూ.. బలంగా విడిపించుకొని అక్కడి నుండి పారిపోయాను.

వెళ్లేప్పుడు, వెంకట్ మామయ్య ఏదో పని ఉంది అంటూ, నాన్నకు చెప్పి, నన్ను వాళ్ళ ఇంటికి రమ్మన్నాడు.

' నేను వెళ్ళను అమ్మా.' అని అమ్మకి చెప్పినా,

' పరవాలేదు.. మన మామయ్యే కదా.. మొన్న తిరుపతి వెళ్ళి వచ్చాడు కదా.. ప్రసాదం ఇస్తానన్నాడు. నీ కోసం ఏదో బహుమతి కూడా తెచ్చాడట. వెళ్ళి తెచ్చుకో..' అంది. తమ్ముడికి అన్నం తినిపిస్తూ. ఖచ్చితంగా వెళ్ళను అనే అవకాశం ఇక నాకు కనిపించలేదు. దేవుడి ప్రసాదం ఇవ్వడానికి పిలిచి, అసహ్యమైన పనులు ఏమి చేయడులే అని ధైర్యం తెచ్చుకుంటూ, బయట నుండే ప్రసాదం తీసుకొని వచ్చేయాలి అనుకుంటూ, వాళ్ళ ఇంటికి వెళ్ళాను.

' అత్తమ్మా.. అత్తమ్మా.. పిలిచావట..' అంటూ బయట నుండే అరిచాను.

మామయ్య బయటకు రావడం చూడగానే ఒక్క సారిగా నాకు భయం వేసింది.

' ఆ.. అవనీ.. వచ్చావా.. రా.." అన్నాడు లుంగీ పైకి కడుతూ.

'ప్రసాదం ఇస్తా అన్నావట.. ఇవ్వు వెళ్తా..' అన్నా. అక్కడి నుండే. 'తొందరగా ఇవ్వు.. వెళ్ళాలి..' అన్నా

'ముందు లోపలికి రా.. నీ కోసం ఎంత మంచి బహుమతి తెచ్చానో చూద్దువు..' అన్నాడు లోపలికి వెళ్తూ..

భయం భయం గానే లోపలికి అడుగులు వేసా.

'అత్తమ్మ లేదా..!?' అన్నా

'లేదు.. అందుకేగా నిన్ను రమ్మన్నది..' అన్నాడు వెకిలిగా నవ్వుతూ.

'నాకు ప్రసాదం ఇస్తే నేను వెళ్తా.' అన్నా కోపంగా.

'ఇస్తా లే.. ఇదిగో చూడు.. నీ కోసం ఏం బొమ్మ తెచ్చాను చూడు.' అన్నాడు నన్ను దగ్గరగా పట్టుకొని.

ఒక అందమైన అమ్మాయి బొమ్మ. చూడగానే ఆ చిన్న వయసులో నాకు చాలా సంబరంగా అనిపించింది. ఆ క్షణం నా కళ్ళల్లోని మెరుపుని గమనించినట్టు, మామయ్య 'దీన్ని చూడగానే నువ్వే గుర్తు వచ్చావు. ఎంత అందంగా ఉందో కదా.. ముద్దుగా, నవ్వుతూ, చిన్న గౌన్ వేసుకొని..' అంటూ.. ఆ బొమ్మని పైనుండి కింది వరకు తాకుతూ, ఒక చేతితో నన్ను, ఒక చేతితో దాన్ని, గట్టిగా ఒత్తుతూ అన్నాడు.

'ప్రసాదం ఇస్తే వెళ్లిపోతా.' అన్నా.. విడిపించుకుంటూ.

ఆ బొమ్మ, ప్రసాదం, రెండు చేతిలో పెట్టి, నన్ను దగ్గరగా తీసుకొని, మన ఇద్దరి విషయం ఎవ్వరికీ చెప్పకు, పెద్ద గొడవ అవుతుంది, మీ అమ్మ వాళ్ళ పరువు పోతుంది అన్నాడు నన్ను బెదిరిస్తున్నట్టు. నీకు అప్పుడప్పుడు పెద్ద చాక్లెట్ ఇస్తాలే' అన్నాడు నాకు ఆశ చూపిస్తూ. ఏమి చెప్పకూడదో, ఎందుకు చెప్పకూడదో నాకు అర్థం అవ్వలేదు కానీ, 'అసలు ఏమి చెప్పాలో, చెప్పిగొడవ ఎందుకులే, అందరూ నన్ను ఏమి అంటారో', అనే ఒక తెలియని భయంతో నిశ్శబ్దంగా ఉండిపోయా.

నాన్న తన వ్యాపారంతో, అమ్మ, ఇల్లు, తముడు, మా అవసరాలు చూసుకోవడంలో ఎప్పుడూ సతమతమవుతూ ఉండడం చూసి, నాకు వాళ్లకు చెప్పే ధైర్యం కలగలేదు. అది అదునుగా తీసుకొని, వెంకట్ మామయ్య, అవకాశం ఉన్నప్పుడల్లా నన్ను తాకుతూ, ఇబ్బంది కరంగా వ్యవహరించేవాడు. నేను ఎప్పుడూ తన నుండి పారిపోయే ప్రయత్నం చేస్తూ ఉండే దాన్ని. ఆ భయంతో, ఎన్నో

రాత్రులు నిద్ర నుండి ఉలిక్కి పడి లేచేదాన్ని. రాత్రంతా నిద్ర పోకుండా ఉండేదాన్ని. ఒక్క దాన్నే ఎక్కి ఎక్కి ఏడిచేదాన్ని.

అలా రోజులు గడుస్తున్న సమయంలో, ఎనిమదవ తరగతిలో, నాకు ఒక మంచి ప్రభుత్వ హాస్టల్లో సీట్ దొరకడంతో ఎంతో సంతోషంగా, అమ్మ వాళ్ళను వదిలి వెళుతున్న బాధ ఏమాత్రం లేకుండా, హాస్టల్ కి వెళ్ళిపోయాను. అది ఆడపిల్లల హాస్టల్. అక్కడ ఎంతో ఆనందంగా, చలాకీగా, ఉండే దాన్ని. చక్కగా చదువుకుంటూ, హుషారుగా ఆడుకుంటూ, స్నేహితులతో సంతోషంగా గడిపేదాన్ని. నేను పదవ తరగతి చదువుతుండగా, నాన్న తన వ్యాపారంలో కొద్దిగా మెరుగు అయ్యి, దగ్గరిలోని టౌన్ లో తన వ్యాపారం మొదలు పెట్టి, అమ్మ, తమ్ముడితో అక్కడే ఉండడం ప్రారంభించారు. ఆ విషయం తెలిసి ఇక జీవితంలో వెంకట్ మామయ్య ని చూసే అవసరం రాదని ఎంతో సంబరపడ్డా.

రోజులు సంతోషంగా గడుస్తుండగా, మెల్లి మెల్లిగా, నేను ఆ చేదు జ్ఞాపకాలను, పీడ కలలను మర్చిపోతున్న సమయంలో, నేను ఇంటర్ చదువుతుండగా, ఒక రోజు సాయంత్రం నేను స్నేహితులతో, పట్నంలోని ఒక సంత, అంటే, పెద్ద ఎక్సిబిషన్ కి వెళ్ళాను. అక్కడ లైట్లు, రంగురంగుల బట్టలు, ఆట వస్తువులు, ఆ సందడి చూసి, మురిసిపోతూ, స్నేహితులతో సరదాగా కబుర్లు చెప్పుకుంటూ, ముందుకు వెళ్తున్నాం. రంగుల రాట్నం దగ్గర చాలా రద్దీగా ఉంది. టికెట్ తీసుకునే లైన్ దగ్గర, ఒకరిని ఒకరు తోసుకుంటూ ఉన్నారు. మెల్లిమెల్లిగా ముందుకు వెళ్తున్నారు. ఆ రద్దీలో నేను నా స్నేహితులు కొంచం దూరం దూరం అయ్యాము. అందరికీ ముందుకు వెళ్లాలనే తొందర కదా.. అక్కడ ఒక్క సారిగా ఎవరో నా నడుముని పట్టుకున్నట్టు అనిపించింది. ఒక్క సారిగా గుండె ఆగినట్టు అనిపించింది. ఎక్కడికీ వెళ్ళలేని పరిస్థితి. చుట్టూ మనుషులు. ఆ వ్యక్తి, గట్టిగా నన్ను పట్టుకొని నా శరీరం అంతా తన శరీరంతో తాకుతూ, ఒక చెయ్యి నడుము నుండి పైకి పంపిస్తూ, మాటల్లో చెప్పలేనంత అసహ్యం గా వ్యవహరిస్తున్నాడు. ఒక్క సారిగా, గట్టిగా తోసేసి, గట్టిగా అరిచి, ఆ రద్దీ నుండి దూరంగా వెళ్లిపోయా. ఆ స్పర్శ తలపుతో ఒక్కసారిగా వాంతి చేసుకున్నా. నన్ను చూసి, వెంటనే నా స్నేహితురాలు నా దగ్గరికి వచ్చింది. కళ్ళల్లో నుండి నీళ్ళు ఆగకుండా కారుతున్నాయి. అయోమయంగా నన్ను చూస్తూ, 'ఏం

అయింది అవని.' అని అడిగింది.. ఒక నిమిషం పాటు, ఎక్కి ఎక్కి ఏడ్చి, నన్ను నేను సముదాయించుకొని, 'ఏమీ లేదు.. నాకు ఒంట్లో బాగా లేదు.. నేను వెళ్తాను. మీరు ఎంజాయ్ చేయండి.' అని లేచా. 'తోడుగా నేను కూడా వస్తాలే..' అంది.. 'వద్దు వద్దు.. నా వల్ల మీరు ఇబ్బంది పడకండి. పర్వాలేదు. నేను వెళ్లిపోతా..' అని అక్కడి నుండి ఇంటికి వెళ్లిపోయా. ఈ రోజుకీ ఆ సంఘటన తలుచుకుంటే, నాకు అసహ్యం, ఆవేశం వస్తుంది." అంది.

పోలీస్ స్టేషన్లో అందరూ అవని మాటల్లో నిమగ్నమయి ఉన్నారు. అక్కడ ఉన్న అందరి కళ్ళల్లో ఆవేదన. వాళ్ళందరినీ ఒక సారి చూసి, అవని, పక్కనే ఉన్న నీళ్ళు తీసుకొని తాగింది.

"అసలు ఒక అమ్మాయి అనుమతి లేకుండా తన శరీరాన్ని ఎలా తాకగలరు సర్.. ఆడ పిల్ల మాత్రం ఒక మనిషి కాదా.. తనకు మనసు ఉండదా.. ఆ క్షణంలో ఆ మగ వెధవలకు తన తల్లి, చెల్లి, పెళ్ళాం, కూతురు, ఎవరూ గుర్తుకు రారా..!!?" అంది ఆవేదనతో. అక్కడ ఉన్న ఆడవాళ్ళందరి కళ్ళల్లో బాధ, కొందరి కళ్ళల్లో కన్నీటిపొర.. స్పష్టంగా కనిపిస్తున్నాయి.

"తప్పు కేవలం వారిదే కాదు మేడం.. మగ పిల్లల్ని కని, గాలికి వదిలేసి, వారు ఎలాంటి వ్యక్తిత్వంతో ఎదుగుతున్నారు అని పట్టించుకోని తల్లితండ్రులది, పుస్తకాలల్లోని పాఠాలు కాక, విలువలతో కూడిన జీవిత పాఠాలు నేర్పడంలో విఫలమవుతున్న గురువులది, ఆడవారిని గౌరవించడం, సాటి మనిషిగా చూడడం, బాధ్యతగా వ్యవహరించడం నేర్పించని సమాజానిది, కష్టం వస్తే ధైర్యంగా బయటకు చెప్పుకునే, తప్పు చేసిన వారిని నిలదీసే పరిస్థితిని కలిపించలేని వ్యవస్థది. అందరూ.. అందరూ దోషులే.." అంది ఆవేశంగా.

అంగీకరించలేని విషయం ఏమీ లేనందున, అందరూ కాసేపు మౌనంగా ఉండి పోయారు.

ఆ నిశ్శబ్దాన్ని ఛేదిస్తూ, ఇన్స్పెక్టర్ "నీ ఆవేదన అర్థం అవుతుందమ్మా.. కానీ, తరవాత ఏమి జరిగింది చెప్పు.. ఆ దెబ్బ ఏంటి.. ఆ రక్తం ఏంటి.. ఈ వర్షంలో ఇక్కడికి ఎందుకు వచ్చావు.." అని అడిగింది ఓదార్పుగా.

"అలాంటి ఎన్నో చేదు అనుభవాలు మధ్య, స్వతహాగా చలాకీగా ఉండేదాన్ని అయినా, నేను తెలియకుండానే రోజు రోజుకీ మౌనాన్ని ఆశ్రయిస్తూ, ఎక్కువగా, ఎవ్వరితో మాట్లాడకుండా, కొత్త వాళ్ళతో కలవకుండా, అకారణంగా కోపగించుకుంటూ, మగవారిని చూస్తేనే చిరాకు పడుతూ ఉండడం అలవరచుకున్నా. దానితో నాకు స్నేహితులు తక్కువ, చుట్టాలల్లో ఇష్టపడే వాళ్ళు తక్కువే. అయినా దానికి నేను ఎప్పుడూ బాధ పడలేదు. డిగ్రీ కాలేజ్ లో చేరినాక, అబ్బాయిలు స్నేహంగా పలుకరించినా, సోదర భావంతో దగ్గరికి వచ్చినా, అన్ని రకాల భావోద్వేగాలకూ అతీతంగా ఉంటూ, నా బ్రతుకు నేను బ్రతుకుతూ, ఎప్పటికైనా కొందరైనా ఆడపిల్లలకు ధైర్యాన్ని ఇచ్చే స్థాయికి రావాలనే సంకల్పంతో, బ్రతుకుతూ, మనోధైర్యాన్ని వీడకుండా ఉన్నా. గుండెను రాయి చేసుకొని, 'పొగరుబోతు', 'అహంకారి' వంటి ఎన్నో బిరుదులను మోస్తూ, నా డిగ్రీ పూర్తి చేశాను.

అంతలో, అనుకోకుండా అమ్మ ఆరోగ్యం పాడవడంతో, నాకు పెళ్లి చేసేయాలి అని ఇంట్లో వాళ్ళు నిర్ణయించారు.

'నేను అప్పుడే పెళ్లికి సిద్ధంగా లేను, ఎవరో తెలియని ఒక వ్యక్తితో జీవితాంతం బ్రతకడానికి ధైర్యం లేదు,' అని ఎంత చెప్పినా, బాధ్యత తీర్చేసుకోవాలి అని కన్న వాళ్ళు, ఆ పెళ్ళికొడుకు ఒప్పుకోగానే, నా ఇష్టానికి ఏ మాత్రం విలువ లేనట్టు, బలవంతంగా నాకు పెళ్లి చేశారు. నా జీవితానికి సంబంధించిన అతి పెద్ద నిర్ణయం, నా ఆమోదం లేకుండానే జరిగిపోయింది. పెళ్లితో నా చదువు, ఆశలు, ఆశయాలు, అన్నీ అంతం అయ్యాయి. భర్త అవసరాలు తీర్చడం, తనను సంతోషపెట్టడమే ఒక స్త్రీ జీవిత పరమార్ధం అన్నట్టు అందరూ నాకు హిత బోధలు చేసి, వైవాహిక జీవితం అనే ఒక మహా సముద్రంలో నన్ను తోసేసి, ఒక బలి పశువును చేశారు. మరొక దారి లేక, నా శరీరాన్ని వాడికి అప్పచెప్పి, శరీరానికి అవుతున్న నొప్పిని, మనసుకు అవుతున్న గాయాన్ని ఓర్చుకుంటూ, ఒక మరమనిషిలా మారి, జీవితం అంటే ఇంతేనేమో.. పెళ్లి అంటే ఇదేనేమో, అనుకుంటూ, బరువైన బంధాన్ని గుండెలపై మోస్తూ కాలం గడిపేస్తున్నా.

అలాంటిది ఈ రోజు.. ఈ రోజు.." అంటూ.. ఇంకిపోయాయనుకున్న కన్నీళ్లు, ఇంకా ఉన్నాయని గుర్తు చేయగా, ఉద్వేగాన్ని అదుపు చేసుకుంటూ..

"ఈ రోజు నా భర్త సాయంత్రం ఆఫీస్ నుండి బాగా తాగి వచ్చాడు. వస్తూనే, నాకు బిర్యానీ పాకెట్, మల్లె పువ్వులు ఇచ్చాడు. 'తిను అవని..' అంటూ ప్రేమగా పక్కన కూర్చున్నాడు. ఎప్పుడూ లేని ఆ వింత చేష్టకి అనుమానిస్తూనే ఉన్నా.. 'నాకు వద్దు, నేను తినేసాను' అని చెప్పాను.. ఏం చెప్పబోతున్నాడో అని భయంగా ఎదురుచూస్తున్న..

'ఇవాళ క్లబ్ లో, నాకు లక్ అస్సలు కలిసి రాలేదు అవని. ఎన్ని ఆటలు ఆడినా ఓడిపోయాను. జేబులో ఉన్న డబ్బులు అన్ని అయిపోయాయి.' అన్నాడు బాధ పడుతున్నట్టు.

'ఇంట్లో కూడా ఏం డబ్బులు లేవు. అయిందేదో అయిపోయింది. ఇంకొక సారి ఆడకండి.' అన్నా

'అలా అంటే ఎలా.. నేను ఎప్పుడూ అంత సులువుగా ఓటమిని ఒప్పుకునే రకం కాదు కదా.. అందుకే.. ఆఖరి సారిగా ఒక్క ఆట ఆడి, పోగొట్టుకున్నవి అన్నీ మళ్ళీ గెలుచుకోవాలి అనుకున్నా.' అన్నాడు నాకు దగ్గరగా వచ్చి, భుజం మీద చెయ్యి వేస్తూ.

'కానీ, ఆ వెధవలు, ఓడిపోయినవి అన్ని ఇవ్వడానికి ఒప్పుకున్నారు కానీ, ఏదో ఒకటి పందెం కాయవలసిందే అని షరతు పెట్టారు. నేను ఏమి చేయగలను చెప్పు..' అన్నాడు తన చేతులతో నా చెయ్యి పట్టుకుంటూ.. 'మరి.. నా అదృష్ట దేవతవు నువ్వే కదా.. నిన్ను మించి నా దగ్గర ఇంక ఏమి ఉంది' అన్నాడు చేతులతో నా చెంపను మెల్లిగా గిచ్చుతూ.

ఏమి చెప్పబోతున్నాడో అని భయంగా వింటున్న నాకు, వినకూడదు అనుకుంటున్న మాటే వినిపించింది.

'కాబట్టి నిన్ను పందెంగా పెట్టి, ఆఖరి ఆట ఆడాను. కానీ, నా దురదృష్టం ఏంటో.. అది కూడా ఓడిపోయాను.' నా గుండెల్లో ఒక్క సారిగా బండ పడినట్టు అనిపించింది. అంటే ఇప్పుడు ఏం చెప్తున్నాడో అర్థం కాలేదు.

' ఏం మాట్లాడుతున్నారు..!?' అన్నా.. భయాన్ని దాచుతూ, కోపాన్ని ప్రదర్శించే ప్రయత్నం చేస్తూ.

'ఈ ఒక్క పూటనే అవని. ఏమి పర్లేదు. మన ముగ్గురి మధ్యనే ఉంటుంది విషయం. నన్ను నమ్ము, వాడు నిన్ను నిరుత్సాహ పరచడు లే..' అన్నాడు వెకిలిగా నవ్వుతూ.

' ఛీ.. ఏం మాట్లాడుతున్నావ్.. ఇన్ని రోజులు నువ్వు ఏం చేసినా భరించాను, కానీ ఇంత దిగజారిపోతావు అనుకోలేదు. నేను ఇక నీతో బ్రతకను' అని కోపంగా ఇంట్లో నుండి బయటకు వెళ్లబోయా. తలుపు దగ్గరే వేచి చూస్తున్న ఆయన స్నేహితుడు, వెంటనే నాకు అడ్డుగా నిలుచున్నాడు. ఊహించని ఆ ప్రమాదానికి, నిర్ఘాంతపోయిన నేను, వెంటనే ఒక అడుగు వెనక్కి వేసా. వెంటనే నా భర్త వెనక నుండి పట్టుకొని, 'అనవసరంగా గొడవ చేసి, సమస్య తెచ్చుకోకు. ఒప్పుకుంటే అందరికి మంచిది, లేదన్నా వాడు నిన్ను వదలడు. ఇవాళ్టికి మాత్రం నువ్వు వాడి సొత్తువి.' అని చెప్పి, నన్ను బలవంత పెట్టాడు."

"ఆ సమయంలో నేను ఏమి చేయాలి మేడం.!? మీరు చెప్పండి.." అంది అక్కడ ఉన్న ఇన్స్పెక్టర్తో.

సమాధానం ఏం చెప్పాలో తెలియని ఆవిడ, నిశ్శబ్దంగా ఉండిపోయింది. పక్కనే ఉన్న ఒక మహిళ కానిస్టేబుల్ మాత్రం, "అలాంటి వాడిని చంపినా తప్పు లేదు." అంది ఆవేశంగా.

"అంతే కదా మేడం. అదే ఆలోచనతో, ఆవేశంలో, ఎక్కడినుండి వచ్చిందో తెలియని ఒక ధైర్యంతో నేను రోకలిబండ తో వాళ్ళిద్దరినీ బాగా బాది వచ్చాను. చచ్చారో బ్రతికి ఉన్నారో తెలియదు. "అంది ఆవేశంగా..

"అయినా, ఒక మనిషి మీద పందెం వేయడం ఏంటి మేడం.. నాతో సంబంధం లేకుండా, నన్ను వేరే వాళ్లకు అప్పగించడం ఏంటి.. ఆడది అంటే ఎందుకు అందరికి అంత చులకన.. మేము మాత్రం మనుషులం కాదా..!! నేను చేసింది తప్పో కాదో నాకు తెలియదు.. జరిగింది చెప్పేసా.. ఇక మీరు ఏమైనా చేయండి. నాకైతే, జైల్లోనే క్షేమంగా ఉండగలను అనిపిస్తుంది. నన్ను జైల్లో వేసేయండి మేడం. స్త్రీకి స్వేచ్ఛలేని, ఒక స్త్రీ మనసుకు, వ్యక్తిత్వానికి విలువ లేని ఈ సమాజంలో నేను ఉండలేను మేడం.." అంది ఆవేశంగా..

ఆ కథ అంతా విన్న ఆ స్టేషన్ సిబ్బంది, కొద్ది క్షణాలు నిశ్శబ్దంగా మిగిలిపోయారు. కొన్ని నిమిషాల తరువాత, ఆ నిశ్శబ్దాన్ని ఛేదిస్తూ,

"ఆత్మ రక్షణ కోసం చేసింది తప్పు కాదు అవని. భయపడకు. ఇక మీద నుండి నువ్వు నిర్భయంగా ఉండు. నువ్వు భయాన్ని జయించావు. ఇక నిన్ను ఎవ్వరూ ఏమీ చేయలేరు. నిన్ను ప్రస్తుతం ఒక సఖి హోమ్ కి పంపిస్తాము. క్షేమంగా ఉండొచ్చు. నీకు నచ్చిన పని చేస్తూ, నువ్వు ఇక మీద ఒక కొత్త జీవితాన్ని ప్రారంభించవచ్చు. ఎందరో మహిళలకు ప్రేరణగా నిలవవచ్చు. నిరుత్సాహపడకు. ఇది నీ జీవితానికి అంతం కాదు, ఒక గొప్ప జీవితానికి ఆరంభం.. ముందు ముందు ఏ సమస్య వచ్చినా మాకు చెప్పు" అని ధైర్యం చెప్పారు.

అవని ఒక కొత్త ఉత్సాహంతో, ధైర్యంతో వెనుదిరిగి చూడకుండా కొత్త దారిలో, ఒక గొప్ప జీవితాన్ని వెతుక్కుంటే ముందుకు సాగింది.

ఇది ఒక్క 'అవని' కథ కాదు, ఇందులో పేర్కొన్న సంఘటనలు చాలా వరకు స్త్రీలు ఏదో ఒక సందర్భంలో ఎదురుకొన్నవే. స్త్రీ సహనాన్ని వీడితే, ప్రళయ తాండవం తప్పదు అనే నిజాన్ని, దుర్బుద్ధితో ఉండే ప్రతి మగవాడు గుర్తుపెట్టుకోవాలి..!!

యత్ర నార్యస్తు పూజ్యతే, రమంతే తత్ర దేవతాః

౭.   తొలి వలపు

పొద్దున్నే నిద్ర మత్తులో, కళ్ళు తెరుస్తున్న బావ, తన పక్కన పడుకొని తననే చూస్తూ ఉన్న నన్ను చూసి, ఒకింత ఆశ్చర్యంగా, ఏంటి అన్నట్టు బొమ్మలు ఎగురవేశాడు. తను కళ్ళు తెరిచే ఈ క్షణం కోసం ఎదురు చూస్తున్న నేను, చిన్నగా హగ్ చేసుకొని, నుదుటి మీద ఒక ముద్దు పెట్టి, చిరునవ్వుతో, "హ్యాపీ ఆనివర్సరీ బావ." అన్నా.

బొమ్మలు ముడి వేస్తూ, "అదేంటి.. ఇవాళ మన ఆనివర్సరీ కాదు కదా..!?". తన జ్ఞాపక శక్తి మరీ అంత బలహీనం కాదు అనే నమ్మకంతో అడిగాడు.

"పెళ్లి రోజు కాదు బావ, కాని మన మనసులు కలిసింది, మనం ఒకరికి - ఒకరం అని నిర్ణయించుకుంది ఇవాళే.. నా దృష్టిలో మన బంధంలో ఇవాళే ముఖ్యమైన రోజు."అన్నా.

"ఓ.. అలా అంటావా.." అంటూ.. గట్టిగా నన్ను పట్టుకొని, నా చెవి కింద, ప్రేమగా ఒక ముద్దు పెట్టి "హ్యాపీ ఆనివర్సరీ డార్లింగ్.." అన్నాడు.

అంతే గట్టిగా నేను బావని హత్తుకున్నా. కొన్ని క్షణాలు అలా ఉన్నాక, బావ భుజం మీద నా తల పెట్టి పడుకొని, నా ఎడమ చెయ్యి బావ గుండెల మీద ఉన్న రోమాలతో ఆడుతుండగా, తన గుండె సవ్వడితో నా గుండె సడి మమేకం అయిన తన్మయత్వంలో.. సరిగ్గా రెండు సంవత్సరాల క్రితం, ఆ రోజు జరిగిన సంఘటన ఇద్దరు కళ్ళల్లో కదలాడింది.

****

బావ నాకు కొద్దిగా దూరపు బంధువే అయినా, నాకు అంతకన్నా దగ్గర సంబంధంలో బావ వరస వాళ్ళు ఎవరూ లేకపోవడంతో, బావ అనే మాటతో గుర్తు వచ్చేది తనే. చిన్నప్పటి నుండి నాకు మా బావ అంటే చాలా ఇష్టం. బావా మరదల్ల బంధంలోనే ఏదో గమ్మత్తు ఉంటుందనుకుంటా. తెలియకుండానే ఒకరంటే ఒకరికి ఆకర్షణ కలుగుతుంది. ముఖ్యంగా యుక్త వయసులో, సినిమాల మహిమో ఏమో కాని, ఒకరిని ఒకరు చూడాలనే ఒక ఉబలాటం. మాట్లాడే ధైర్యం లేకపోయినా, కలవాలనే కోరిక కలుగుతుంటాయి. చుట్టాల పెళ్లిళ్లు, లేదా శుభకార్యాలు ఏవి ఉన్నా, బావ వస్తాడేమో, చూసే అవకాశం వస్తుందేమో అని అందంగా ముస్తాబయ్యి, ఆశగా వెళ్లడం, వెళ్ళింది మొదలు బావ కోసం వెతకడం, బావను దొంగ చాటుగా చూస్తూ, ఎదురు పడితే ఒక హాయ్ చెప్పి ఒక నిమిషం ఉభయ కుశలోపరి అనుకొని, సిగ్గుపడుతూ తల దించుకుని వెళ్లడం తప్ప, పెద్దగా బావతో కలిసి కూర్చొని మాట్లాడింది ఎప్పుడూ లేదు.

****

అవి నేను ఎం.బి.ఏ చేస్తున్న రోజులు. యూనివర్సిటీ క్యాంపస్ లో హాస్టల్లో ఉండే దాన్ని. అది వర్షా కాలం.. సాయంకాలం కాసేపు వర్షం పడి, తగ్గి, వాతావరణం

ఆహ్లాదకరంగా ఉండడంతో, ఆ రోజు రాత్రి ఎనిమిది గంటల కల్లా భోజనం ముగుంచుకొని, క్యాంపస్ లో స్నేహితులతో సరదాగా నడుస్తున్న నాకు, వీధి దీపాల వెలుగులో దూరంగా బైక్ మీద బావ రావడం కనిపించింది. 'బావ ఇక్కడ ఏంటి.. నా కోసమే వచ్చాడా!' అనే ఒక ఆశ్చర్యంతో చూస్తున్నా నేను. అవును.. బావే.. నన్నే వెతుకుతున్నట్టు, నా దగ్గరకు వచ్చి ఆగాడు. బండి పక్కన పార్క్ చేసి, నా దగ్గరకు వచ్చి, "హాయ్ ప్రియా.." అన్నాడు.

"హాయ్ బావ.. నువ్వేంటి ఇక్కడ.!?" బావని చూసిన ఆనందంతో, కలల్లో ఆశ్చర్యంతో అడిగాను.

"నిన్ను కలవడానికే వచ్చా. మాట్లాడదామని.." చెప్పాడు బావ.

నా ఆనందానికి అదుపు లేదు.. మనసు ఆనందంతో గెంతుతుండగా.. మా స్నేహితులకు బావని పరిచయం చేసి, వాళ్ళను వెళ్ళమని పంపించేసా.

ఆ చీకటిలో, అలాంటి చల్లటి వాతావరణంలో బావతో నేను ఉండడం చాలా ఉత్సాహంగా అనిపిస్తుంది. ఎప్పుడో ఒకసారి వెళ్ళే బైకులు తప్ప, కనుచూపు మేరలో ఎవ్వరూ కనిపించట్లేదు. ఆకాశంలో, మబ్బుల్లో నుండి పండు వెన్నెల జాబిలి నేనున్నానంటూ తొంగి చూస్తూ, ఆ రేయిని ఇంకా అందంగా చేసింది.. కొంచం సేపు చదువులు, ఇంట్లో వాళ్ళ కబుర్లు చెప్పుకున్నాం. బావ నాకోసం వచ్చి నాతో మాట్లాడుతున్నాడు అనే ఆనందంతో నేను ఏం మాట్లాడుతున్నానో కూడా తెలియనంత సంతోషంలో ఉన్న. హఠాత్తుగా బావ.. నా చెయ్యి పట్టుకొని.. 'నువ్వంటే నాకు చాలా ఇష్టం ప్రియా.. ఐ లవ్ యూ.. నేను ఎప్పటికైనా నిన్నే పెళ్లి చేసుకోవాలి అనుకుంటున్నా..' అనేశాడు.

ఒక్క సారిగా బావ నోట ఆ మాట వినగానే, నాకు కాళ్ళు చేతులు ఆడలేదు. సిగ్గో, భయమే, ఆశ్చర్యమో తెలియకుండా ఉన్న నా మౌనాన్ని ఛేదిస్తూ,

"నాకు ఊహ తెలిసినప్పటి నుండి నా ఆలోచనలు నీ గురించే.. నా ఆశలు నీ మీదే. ఇంకా ఇలా ఎదురు చూడడం నా వల్ల కాక వచ్చాను ప్రియా!" నా కళ్లల్లో కళ్ళు పెట్టి చూస్తూ, నా సమాధానం కోసం ఎదురుచూస్తున్నాడు బావ.

"బావ.. నేను ఏమి చెప్పాలో నాకు అర్థం కావట్లేదు.. అమ్మ వాళ్ళు ఒప్పుకుంటారా బావా!! నాకు వాళ్ళను ఎదిరించే ధైర్యం అయితే లేదు. " నా సమ్మతంతో పాటు నా భయాన్ని చెప్పేసాను

"తప్పకుండా ఒప్పుకుంటారు.. నువ్వు లేకుండా నా జీవితం ఊహించుకోలేను ప్రియా. మీ ఫామిలీ తో నేను మాట్లాడతా.. కొంచం టైం ఇవ్వు. అంత వరకు మాత్రం నన్ను దూరం పెట్టకు.. బ్రతికి ఉండగానే నన్ను ప్రాణం లేని మనిషిని చేయకు!!" బావ కళ్ళలో నా పట్ల ఆరాధనను చూసి నా మనసులో ఎన్నాళ్ళుగానో దాగి ఉన్న ప్రేమ ఒక్క సారిగా ఎగిరి గంతేసింది. రేపు ఏం జరిగినా సరే, ఈ రోజు ఈ ఆనందాన్ని వదులుకోవద్దు అనిపించింది.

"బావా.. నువ్వంటే నాకూ చాలా చాలా ఇష్టం బావ, చిన్నప్పటి నుండీ నా మనసంతా నీ మీదే.. నా ఆశలు అన్నీ నీ దాన్ని అవ్వాలనే.. కానీ..!!" వెంటనే బావ నా చేతిని గట్టిగా పట్టుకొని, "నన్ను నమ్ము ప్రియా.. మన కథకి హ్యాపీ ఎండింగ్ ఇచ్చే బాధ్యత నాది." అన్నాడు. చాలా ధైర్యంగా అనిపించింది నాకు.

ఆ క్షణం అందమైన ప్రకృతి మహిమో, నా వయసు ఉబలాటమో కానీ, తన చేతి స్పర్శ, నా ఒంట్లో ఏదో గిలిగింత కలిగించింది..

"ఈ క్షణం కోసం దాదాపుగా గత ఆరు సంవత్సరాలుగా ఎదురు చూస్తున్నా.. ఈ మధ్యే ఒక మంచి ప్రాజెక్ట్ మొదలు పెట్టాము. నిన్ను సంతోషంగా చూసుకోగలిగేలా స్థిర పడగలను అనే నమ్మకం కలిగాకే, నీ దగ్గరకు వచ్చి మాట్లాడుతున్నా.." అన్నాడు

అంత బాధ్యతగా ఆలోచించేవాడు, అంతగా ప్రేమించే వాడికన్నా ఏ అమ్మాయికైనా ఇంకేం కావాలి అనిపించింది.

కాసేపు బావ కళ్ళల్లో చూసా.. బావ కూడా నా నుండి కళ్ళు తిప్పకుండా చూస్తున్నాడు. చూడడానికి చాలా అందంగా ఉన్నాడు. తన కళ్ళల్లో నా పట్ల అమితమైన ప్రేమ కనిపిస్తుంది. అంత దగ్గరగా బావను చూడడం, బావ ఊపిరి తగిలే అంత దగ్గరగా కూర్చోవడం.. నమ్మలేకుండా ఉంది నాకు. ఇన్నాళ్ల నా కల కళ్లముందుకు వచ్చినట్టు ఉంది.

మా ఏకాంతంలోకి దూరే ప్రయత్నంతో సన్నగా చల్లటి గాలి వీచింది. ఆ గాలికి కదిలిన ఆకు నుండి ఒక వర్షపు చినుకు నా భుజం మీద పడింది. నెమ్మదిగా అది కిందికి జార బోతుంటే, వెంటనే బావ నా భుజం మీద చెయ్యి పెట్టి, ఆ చినుకును తన వేలితో ముట్టుకున్నాడు . "నేను చేరలేని చోటికి నువ్వు చేరడానికి ఎంత ధైర్యం" అన్నాడు ఈర్షని ప్రదర్శిస్తూ.. బావ వెచ్చని శ్వాస నా మెడ మీద తగులుతుంది. ఆ క్షణం ఏదో మత్తులోకి జారుకున్నా. అంత దగ్గరగా బావ శరీర స్పర్శ నాకు ఇంకా ఇంకా మత్తెక్కిస్తుంది. ఆ తన్మయత్వంలో తెలియకుండానే వాలి పోయిన నా కనురెప్పల మీద చిన్నగా ముద్దు పెట్టాడు బావ. ఇంక ఒక్క క్షణం కూడా తన దాన్ని అవ్వకుండా ఆగలేను అని నా మనసు గోల చేస్తుంది. ఆ ఆరాటం అర్థం చేసుకున్న వాడిలా, తన వెచ్చని చేతితో నా మెడ ని పట్టుకున్నాడు. అదురుతున్న నా పెదవుల మధువులను రుచి చూడాలని తన మనసూ ఉరకలు వేస్తుంది. తన గుండె వేగం నాకు కూడా తెలుస్తుంది. నేను వారించకపోవడమే నా సమ్మతం అని అర్థం చేసుకున్న బావ తన పెదవులతో నా పెదవులను తాకాడు. అంతలో ఒక బైక్ వెళ్తున్న అలజడితో వెంటనే పూర్తిగా పెనవేసుకోకుండానే విడిపోవాల్సి వచ్చింది.

మనసు అదుపు తప్పుతుంది అని అర్థం అయ్యి, వెంటనే..

"బావా.. ఆలస్యం అవుతుంది. ఇక హాస్టల్ కి వెళ్తా.." అన్నా.. బలవంతంగా ఒక్కో మాట పలుకుతూ..

"అప్పుడేనా.!?" బావ గొంతులో ఎంతో బాధ..

"సరే.. అక్కడి వరకు నడుద్దాం పద.." అంటూ లేచాడు.

"నీ శరీర సుగంధాన్ని తలుచుకుంటూ, మన తదుపరి కలయికకై ఎదురు చూస్తాను ప్రియా!!" అన్నాడు బావ. నా శ్వాస వేగం పెరిగింది, శ్వాసలో వేడి పెరిగింది. నా తనువులోని అణువణువూ అతని స్పర్శకై తహ తహ లాడుతోంది. అతని మనసులో కూడా అలాంటి అలజడే చెలరేగుతుంది అని అర్థం అవుతుంది.

హాస్టల్ దగ్గరికి చేరుకోగానే, బరువెక్కుతున్న నా మనసు ని కొంతైనా స్వాంతన పరచడానికి "ఇంకొక పది నిముషాలు అలా వాక్ చేద్దామా.." అన్నా.. బావ ఇక

నన్ను వదిలి వెళ్ళిపోతాడు అనే ఊహ కూడా భరించలేని బాధను కలిగిస్తుంటే.. ఆ క్షణం లోకం ఆగిపోతే బాగుండును అనే ఆశతో.

వెంటనే బావ సరే అన్నాడు. వీధి దీపాలు ఎక్కువ ఉండని, మనుషులు ఎక్కువగా తిరగని, వెన్నెల వెలుగు, చిరుగాలి సవ్వడి తప్ప, ఏ అంతరాయం ఉండదు అనుకొని ఒక చోటికి తీసుకు వెళ్ళా. ఇద్దరం సరదాగా ఇద్దరి ఇష్టాఇష్టాలు మాట్లాడుకుంటూ కాసేపు నడిచాము. కాళ్ళు నడుస్తున్నాయి, పెదవులు మాట్లాడుతున్నాయి, కానీ, శరీరాలు మాత్రం, ఒకరి పక్కన ఒకరి ఉనికిని ఆస్వాదిస్తున్న తన్మయత్వంలో ఉన్నాయి.

తగిలీ తగలనట్టు తగులుతున్న చేతులను, గమనించనట్టే వదిలేసాను కానీ, నాకు మునుపెన్నడూ తెలియని మగ స్పర్శకి, నేను ప్రాణంగా ప్రేమిస్తున్న, నన్ను ప్రేమిస్తున్న నా బావతో ఏకాంతంగా ఉన్నానన్న తలపుకి నా తనువులో కలుగుతున్న గిలిగింత దాచడం నాకు కష్టముగా ఉంది. కాసేపటికి ఇద్దరం చేతులను గట్టిగా పెనవేసుకున్నాం. మనసులో రగులుతున్న అలజడులు, గుండెల్లో రేగుతున్న ఆశలన్నీ ఆ చేతి స్పర్శలో పంచుకుంటున్నాం.

అదుపు తప్పిన శరీరాలు బిగి కౌగిలిలో, కరిగిపోవాలని సిద్ధ పడుతున్న క్షణంలో..

దాదాపుగా ఈ లోకాన్ని మరిచిన ఇరువురమూ.. అటుగా ఒక వ్యక్తి రావడం గమనించి, ఒక్క సారిగా స్పృహ లోకి వచ్చాము!! ఆ వ్యక్తి కొంత దూరంలో ఆగి..

"ప్రియాంక.." అని పిలిచాడు. నా పేరు విని ఇద్దరం ఉలిక్కి పడ్డాం. అది కిరణ్ గొంతు. బావ అక్కడే ఆగిపోయాడు. నేను రెండు అడుగులు ముందుకు వేసి తనకు కొంచం దగ్గర్లోకి వెళ్ళాను.

"ఎవరు.." అని అడిగాడు కిరణ్, బావ వైపు సైగ చేస్తూ. కిరణ్ నా మంచి స్నేహితుడు, నా శ్రేయోభిలాషి. ఒక సోదరుడిలా నాకు ప్రతి అవసరంలో తోడుంటాడు.

"మా బావ.. నన్ను కలవడానికి వచ్చాడు" అని చెప్పాను. కొంత సిగ్గు, కొంత గర్వంతో. "పక్కన బిల్డింగ్ లోనే నాతో పాటు కొందరు క్యాంపస్ అబ్బాయిలు

ఉన్నారు. అక్కడి నుండి వాళ్ళు కొద్ది సేపుగా మిమ్మల్నే గమనిస్తున్నారు. తరవాత నువ్వు ఎంబరాసింగ్ గా ఫీల్ అవుతావు అని చెప్పడానికి వచ్చా." అని చెప్పాడు.

"ఓ... అవునా..!!" అన్నా.. ఏం అనాలో తెలియక, ఇబ్బంది పడుతూ..

"ఆలస్యం అయింది.. ఇక చాలు హాస్టల్ కి వెల్లు." అన్నాడు.. కిరణ్ మాటల్లో నా పట్ల బాధ్యత కనిపించింది.

"సరే.." అని వెనకకు తిరిగి, బావతో కలిసి నడిచా. కిరణ్ ఇంకొక మాట మాట్లాడకుండా వెళ్ళిపోయాడు.

బావకి అక్కడ అలా కొందరు ఉంటారు అని కూడా నాకు తెలియదని, సారీ చెప్పి.. విషయం చెప్పా.. అది విని బావ నవ్వుతున్నాడు.

"అదేంటి బావా.. అలా నవ్వుతున్నావ్.." అన్నా.

"ఆ స్థానములో మేము ఉన్నా, స్నేహితులతో కలిసి అలాగే చూసే వాళ్ళం. తరవాత ఆట పట్టించేవాళ్ళం అనుకుంటా. మీ ఫ్రెండ్ మంచి వాడు. వచ్చి చెప్పాడు.." అన్నాడు.. నాకు నిజమేనేమో అనిపించింది. కిరణ్ రావడం ఇంకాస్త ఆలస్యం అయ్యి ఉంటే, ఆ క్షణం మా కోరికల ప్రవాహానికి, ఏం చేసే వారమో.. అని తలుచుకొని సిగ్గుపడ్డా..

****

అలా మొదలయిన మా ప్రేమ ప్రయాణం, ఒక ఏడాది పైన సాగి, ఎక్కువ ఇబ్బందులు లేకుండానే, సుఖాంతం అయింది. ఆ రోజు నా బావ మీద నేను పెట్టుకున్న నమ్మకం ఎప్పటికీ నిలబెట్టుకున్నాడు. మా ప్రేమ కథకు హ్యాపీ ఎండింగ్ ఇచ్చి, నా జీవితానికి హ్యాపీనెస్ ని ఎల్లప్పుడూ మిగిల్చాడు.

****

"లవ్ యూ బావ.." మధుర స్మృతుల ప్రవాహం నుండి ప్రస్తుతంలోకి కొట్టుకు వచ్చిన నేను, బావని హత్తుకొని, పెదవులపై చిన్నగా ముద్దు పెడుతూ చెప్పా..

"ఇంత చిన్న ముద్దుతో సరిపెడతావా." అంటూ బావ నన్ను బిగి కౌగిలిలో బంధించి, నా పెదవులను పూర్తిగా తన పెదవులతో ముడి వేసాడు. నెమ్మదిగా ఇద్దరి

తనువులు పూర్తిగా పెనవేసుకున్నాయి. అడ్డుగా ఉన్న వస్త్రాలు ఒకొక్కటిగా తొలగిపోయాయి. కొన్ని నిమిషాల్లో బావ తన ప్రేమ ఊయలలో ఓలలాడిస్తూ, నన్ను స్వర్గపుటంచులకు తీసుకెళ్లాడు.

** సుఖాంతం..!!**

8. పితృదేవోభవ!!

"చూసావా అక్క.. ఎంత ఆఫీసరమ్మ అయితే మాత్రం, పెళ్లి చేసుకొని వెళ్లిపోతున్న బాధ కొంచం కూడా లేదు.. కంట్లో నుండి ఒక చుక్క కూడా నీళ్లు రాలేదు.." నా అప్పగింతల సమయంలో మా బంధువుల మాటలు నా చెవిలో పడ్డాయి..

వాటికి నాకు ఏమీ బాధ కలగలేదు.. అయినా, నేను ఎందుకు ఏడవాలి!!? నాకు తెలుసు, నేను పెళ్లి చేసుకొని వెళ్లినాక కూడా, మా అమ్మ, నాన్న నన్ను

వదిలేయరని.. నేను ఎందుకు భయ పడాలి.. ఎన్ని కష్టాలు వచ్చినా, నా వెన్నంటే ఉండే మా నాన్న, నాన్న ప్రేమ ఎప్పటికీ నాకు తోడు ఉంటుందనే నమ్మకం ఉన్నాక..!! నేను బాధ పడితే.. గుండెల నిండా ఆత్మ స్థైర్యాన్ని నింపి, నా కాళ్ళ మీద నన్ను నిలబెట్టిన నాన్నను అవమానించినట్టే కదా..!!

అవును.. ఇవాళ నా పెళ్లి జరిగింది.. ఎంతో అంగ రంగ వైభవంగా.. ఎందుకంటే ఇది ఒక మామూలు అమ్మాయి పెళ్లి కాదు.. ఒక ఐ.ఏ.ఎస్ అధికారిది. అది మాత్రమే కాదు.. నేను అందరు అమ్మాయిల లాగానే పుట్టినప్పటికీ, ఎనిమిదేళ్ళ వయసులోనే ముగియబోయిన నా జీవితానికి, మళ్ళీ ప్రాణం పోసి నిలబెట్టారు మా నాన్న. సరిగ్గా ఇరవై ఏళ్ళ క్రితం ఒకే ఒక్క క్షణం, ఒక చిన్న పొరపాటు నా జీవితాన్ని మొత్తం అయోమయం చేసి, అంధకారం లోకి నెట్టేయబోయింది.

అప్పుడు నా వయసు ఎనిమిదేళ్ళు. స్నేహితులతో ఇంటి ముందు ఆడుకుంటుండగా, ఆ ఉత్సాహంలో, తెలిసీ తెలియని వయసులో, ఒక్క క్షణం రోడ్డు మీదకు పరిగెత్తాను. ఆ క్షణం వేగంగా వస్తున్న ఒక బండి నన్ను గుద్దేసింది. ఏమి జరిగిందో తెలిసే లోగా, షాక్ వల్లనేమో, నేను స్పృహ కోల్పోయాను. మళ్ళీ కళ్ళు తెరిచే సమయానికి,

'మాన్వీ.. మాన్వీ..' అని మా నాన్న గారి గొంతు వినిపించింది. ఆ గొంతులో ఎంతో ఆవేదన, భయం, కంగారు, అన్నిటికన్నా ఎక్కువగా నా మీద ప్రేమ.. ఆ ప్రేమే నన్ను మళ్ళీ ఈ లోకానికి తీసుకొచ్చింది అనిపించింది. నొప్పి.. భరించలేని నొప్పి.. ఆ వయసులో, అప్పటి వరకు ఏ బాధ తెలియకుండా పెరిగిన దాన్ని, నొప్పి భరించడం తెలియదు కాబట్టి... గట్టిగా అరుస్తున్నా.. ఎక్కి ఎక్కి ఏడుస్తున్నా..

'నాన్నా... చాలా నొప్పిగా ఉంది నాన్న.. ఏమైనా చెయ్యి నాన్నా...' అని అరుస్తున్నా. నిస్సహాయ స్థితిలో ఉన్న నాన్న తన కన్నీళ్లు తుడుచుకుంటూనే, 'తగ్గిపోతుంది లే అమ్మా.. హాస్పిటల్ కి వెళ్లి, మందు వేసుకుందాం..' అంటున్నారు. కాలు మీద నుండి బండి వెళ్లిందని అర్థం అవుతుంది. ఎవరో కాలికి చల్లటి గుడ్డ కట్టారు.. వెంటనే నన్ను తన గుండెలకు హత్తుకొని, నాన్న ఆటోలో హాస్పిటల్ కి తీసుకెళ్లాడు. ఏవో రెండు ఇంజెక్షన్లు చేసినాక, కొంత నొప్పి తగ్గింది. మరుసటి రోజు

నాకు ఏదో ఆపరేషన్ చేస్తారట అని అందరూ మాట్లాడుకోవడం విన్నాను. మా నాన్న ఏడవడం అనేది నాకు అప్పటి వరకు ఊహకు కూడా అందని విషయం. అలాంటిది మా నాన్న గారిని చూస్తుంటే, నాకు కాలు నొప్పి కన్నా, ఆ బాధ ఎక్కువ అనిపించింది.

మరుసటి రోజు నన్ను ఆపరేషన్ కి తీసుకెళ్లి, మత్తు ఇచ్చింది గుర్తుంది, తరవాత మెలకువ వచ్చాక, నొప్పి చాలా తక్కువగా ఉంది. పక్కనే అమ్మ, నాన్న.. ఏడ్చి ఏడ్చి, కళ్ళు వాచిపోయి ఉన్నాయి.

నన్ను చూడగానే 'ఎలా ఉంది అమ్మ!!' నా నుదుటిని నిమురుతూ అడిగింది అమ్మ.

'నొప్పి తెలియట్లేదు అమ్మ' అని చెప్పా.

కానీ కొద్ది సేపటికే తెలిసింది.. నా కాలు మోకాలు కిందకు తీసేసారని. ఒక్క సారిగా, గుండెల్లో ఏదో బరువుగా అనిపించింది. ఆ వయసులో నాకు అది చూసి ఒక్క సారిగా భయం వేసింది.

'నాన్నా.. నాన్నా... నా కాలు నాన్నా...' అని గట్టిగా అరిచా... ఏడ్చా...

వెంటనే నాన్న నన్ను గట్టిగా పట్టుకొని,

'ఏం కాదు అమ్మ.. బాధ పడకు.. మళ్ళీ కొత్త కాలు పెడతారు.. నొప్పి తగ్గినాక..' అని ఓదార్చారు. ఆ మాట అప్పటికి నాకు కొంచెం ధైర్యంగా అనిపించింది.

ఆ రోజు నుండి నా జీవితం పూర్తిగా మారిపోయింది. నా తోటి స్నేహితులు పరిగెత్తుతూ, ఆడుతూ, గెంతుతూ ఉంటే, నేను వాళ్ళను చూస్తూ ఉండే దాన్ని. అప్పుడప్పుడు బాధ అనిపించినా, నాన్న నన్ను ఎప్పుడు బలహీన పడనివ్వక పోయే వారు. 'ఎవరూ పర్ఫెక్ట్ కాదు, ఎవరి బలాలు, బలహీనతలు వారికి ఉంటాయి, కొందరివి కనిపిస్తాయి, కొందరివి సమయం వచ్చినప్పుడు తెలుస్తాయి. బలహీనతల కన్నా బలం ఎక్కువ ఉన్న వాళ్ళు గొప్పవారు అవుతారు.. అంతే.. నిన్ను నువ్వు నమ్మితే, తప్పకుండా గొప్ప దానివి అవుతావు' అంటూ ఎప్పుడు నాలో మనోధైర్యాన్ని నింపుతూ పెంచేవారు. నాన్న ఎప్పుడూ నాతో కుదిరినంత ఎక్కువ

సమయం గడిపే వాడు. చదువులో నేను ఏ మాత్రం వెనకపడకూడదని, తనే నన్ను చదివించే వారు.

ఒక ఏడాదిలో, నేను ఒక రబ్బర్ షూ లాంటిది వేసుకొని, ఒక కర్ర సహాయంతో నడవడం మొదలు పెట్టాను. ఆ ఏడాది పుస్తకాలు ఇంట్లో చదవడం వల్ల, తరవాతి క్లాసులో జాయిన్ అయ్యి, రోజు స్కూల్ కి వెళ్లడం ప్రారంభించాను. నేను చదువుల్లో ఎప్పుడూ మొదటి స్థానంలో ఉండేదాన్ని. దానితో స్నేహితులు అందరూ నన్ను ఏవైనా డౌట్స్ అడగడం ద్వారా, నాతో సాన్నిహిత్యం పెంచుకోసాగారు. సరదాగా, క్లాసులో కబుర్లు చెప్పుకుంటూ, నవ్వుకుంటూ, నేను సంతోషంగా మళ్ళీ ఒక కొత్త జీవితాన్ని ప్రారంభించాను.

నాకు లోకజ్ఞానం పెరగాలని, విషయ పరిజ్ఞానం కలగాలని, నాన్న నాకు, ఎప్పటికప్పుడు స్కూల్ పుస్తకాలే కాక, విజ్ఞానం, వినోదం, చరిత్ర, ఆధ్యాత్మికం, స్ఫూర్తిని ఇచ్చే జీవిత కథలు, రాజకీయం, పౌరాణికం, అన్ని రకాల పుస్తకాలు, వయసుని బట్టి తెచ్చి ఇస్తూ ఉండేవారు. అవి చదువుతూ, నేను విజ్ఞానం పెంచుకోవడమే కాక, వాటి కబుర్లు అందరికి చెబుతూ, సంబరపడేదాన్ని. ఎప్పటికప్పుడు కొత్త విషయాలు చెబుతుండడంతో నాకు మంచి స్నేహితులు అయ్యారు. నాతో ఎక్కువ సమయం గడపడం కోసం, నాన్న తన వృత్తిలో ఎదుగుదలకు ఎంతగానో దోహదపడే ప్రమోషన్ ని తిరస్కరించాడని తెలిసి బాధపడ్డా. అప్పటి నుండి నాన్న ఆశలు నేరవేర్చడం, నాన్న ఆశించిన విధంగా ఎదగడం నా ఏకైక బాధ్యతగా భావించేదాన్ని.

నేను ఎనిమిదవ తరగతి చదువుతుండగా అనుకుంటా, ఒక రోజు, నేను స్కూల్ నుండి తిరిగి వస్తుండగా, అనుకోకుండా, నా షూ బెల్ట్ తెగిపోయింది. దానితో నేను ఒక్క సారిగా నడవలేని స్థితిలోకి వెళ్ళాను. పక్కనే ఉన్న ఒక అరుగు మీద కూర్చున్నా. ఎవరినీ సహాయం అడగాలని అనిపించడం లేదు.. కానీ నేను నడవలేను అని అర్థం అవుతుంది. 'నాన్న.. రా నాన్న..' అని మనసులో అనుకున్న. నాకు నమ్మకం ఉంది, నాకు ఏ కష్టం కలిగినా, నాన్న నన్ను అందులో నుండి ఆదుకుంటాడని. అలా ఒక పది నిమిషాలు ఎదురు చూసే సరికి, నా కోసం వెతుకుతూ వస్తున్న నాన్న కనిపించాడు. ఆ క్షణం నా ఆనందానికి అవధుల్లేవు.

నాన్న నన్ను చూడగానే, ఒక్క మాట మాట్లాడకుండా, నేను ఏమి మాట్లాడే అవసరం లేకుండా, నన్ను ఎత్తుకొని, ఇంటికి తీసుకెళ్లాడు. వెంటనే బెల్ట్ అతుకు పెట్టేసాడు.

ఆ తరవాత రెండు రోజుల్లో, 'రేపు మనం హైద్రాబాద్ వెళ్తున్నాం మాన్వీ..' అన్నాడు

'ఎందుకు నాన్న .?' అన్నా

'నీకు ఆర్టిఫిషల్ బూట్ పెట్టించడానికి.. ఇంక కొన్ని రోజుల్లో నువ్వు హాయిగా నడిచేస్తావ్.. ఏ కర్ర సహాయము అవసరం ఉండదు.' అన్నాడు

నేను చాలా సంతోషించా.. కానీ అదే రోజు రాత్రి అమ్మ, నాన్న మాటలు విని, బాధ పడ్డా.

నాన్న నాకు అది కొనడం కోసం తనకు మా తాతయ్య గుర్తుగా ఉన్న ఒకే ఒక ఆస్తి, వాళ్ళ ఊరిలో ఉన్న స్థలం అమ్మేస్తున్నాడు.

అమ్మ 'ఉన్న అది ఒక్కటీ అమ్మడం దేనికి, మాన్వి పెళ్లికి అయిన పనికి వచ్చేది కదా..' అంటే, 'మాన్వి ఎదుగుదలకి, జీవితానికి ఉపయోగపడడం ముఖ్యం. పెళ్లి కోసం ఉపయోగించే అవసరం రాకూడదు' అన్నాడు.

రెండు వారాలలో, నేను కొత్త బూటుతో నడవడం ప్రారంభించాను. ఆ తరవాత నుండి నేను నా లోపం ఎవ్వరికీ తెలియకుండానే ఉండాలి అని ప్రయత్నించే దాన్ని. నేను ఏదైనా చేయగలను అనే ఒక ఉత్సాహంతో ఉండేదాన్ని.. చలాకీగా, కలుపుగోలుగా, ఎప్పుడూ సరదాగా నవ్వుతూ గడిపే దాన్ని.

నేను డిగ్రీ రెండవ సంవత్సరంలో ఉండగా, ఒక రోజు, నేను కాలేజ్ నుండి ఇంటికి వెళ్లే సరికి, ఇంట్లో ఎవరో చుట్టాలు ఉన్నారు. నేను లోపలికి వెళ్ళగానే, నాన్న నన్ను వాళ్లకు పరిచయం చేసారు. నేను అందరికి నమస్కారం చెప్పి, మామూలుగా లోపలికి అమ్మ దగ్గరికి వెళ్ళాను

'ఎవరమ్మా వాళ్లంతా..!?' అడిగాను ఆత్రుతగా..

'అందులో, తెల్ల చొక్కాలో ఉన్న అతను, నిన్ను పోయిన నెల మీ సత్యం మామయ్య కొడుకు పెళ్లిలో చూసాడట. పేరు మానస్. నువ్వు బాగా నచ్చావు అని.. వాళ్ళ ఇంట్లో వాళ్ళను తీసుకొని డైరెక్ట్ గా సంబంధం మాట్లాడడానికే వచ్చేసారు. ఇన్ని రోజులు నిన్ను గమనించి, నీ గురించి బాగానే వాకబు చేసినట్టు ఉన్నాడు. ఇంజనీరింగ్ చేశాడట. ఈ మధ్యే ఏదో ఉద్యోగం కూడా వచ్చినట్టు ఉంది. కుటుంబం కూడా బాగుంది. కానీ మీ నాన్న గారు ఏం అంటారో!!' అంది

ఆ క్షణం నాన్న గారు ఒప్పుకోవద్దు అని గట్టిగా కోరుకున్నా.. ఇంతకీ ఆ అబ్బాయి ఎవరా అని మెల్లిగా మళ్ళీ చూసా.. చూడడానికి బాగున్నాడు. మంచి ఎత్తు, రంగు, ఠీవిగా ఉన్నాడు. నాన్న ఏం అంటున్నారో వినే ప్రయత్నం చేసా.

'ప్రస్తుతానికైతే ఇదే నా నిర్ణయం. ఏమైనా మార్చుకుంటే మీకు చెప్తా. ' అన్నాడు నాన్న వాళ్లకు నమస్కారం పెడుతూ.

'మాకు కూడా తొందరేమీ లేదు. అబ్బాయి ఒక సారి కలుద్దాం అని బలవంత పెడితే వచ్చాం.' అన్నాడు ఒక పెద్దాయన. అందరూ లేచారు. అబ్బాయి కళ్ళు నా కోసం వెతుకుతున్నాయి.. నేను కనిపించగానే కళ్ళతోనే చిన్న చిరునవ్వుని, ఒక పలకరింపుని వదిలాడు. సంతోషమో, సిగ్గో, భయమో తెలియని ఒక వింత అనుభూతిని పొందాను. నా పెదవులపైన చిరునవ్వు వచ్చేసింది. కానీ, నాన్న ఏది చేసినా నా మంచి కోసమే అని అనుకున్నా. ఆ విషయం గురించి నాతో ఏమైనా మాట్లాడతారేమో అని ఎదురు చూసా.. కానీ, నాన్న గారు ఆ విషయం గురించి నాతో ఒక్క మాట కూడా మాట్లాడలేదు.

మరుసటి రోజు నేను ఇంటికి వచ్చే సరికి ఇంట్లో ఏదో వాదన జరుగుతుంది. అమ్మ, నాన్న, వెంకట్ మామయ్య, నాన్న స్నేహితుడు భరత్ అంకుల్ ఉన్నారు.

'మాన్వి కి అంత కన్నా మంచి సంబంధం తీగలవా బావ!?' మామయ్య

'ఏమో దాని అదృష్టం ఎలా ఉంటే అలా.!'నాన్న

'అదే అనుకోని దీనికే సరే అనొచ్చు కదా..!' మామయ్య

'నువ్వు ఎన్నైనా చెప్పు.. నా కూతురు ఏదో ఒక ఉద్యోగంలో చేరే వరకు, తనది తాను బ్రతికే స్థాయికి వచ్చే వరకు నేను తనకు పెళ్లి చేయను.' చెప్పేసాడు నాన్న

'నువ్వు చెప్పేది కరెక్టే రా.. కానీ.. అనుకోకుండా ఇంత మంచి సంబంధం వచ్చింది. మేమూ కనుక్కున్నాము. అబ్బాయి చాలా మంచి వాడు అట. ఇంజినీర్.. మంచి కుటుంబం. ఇలాంటి అదృష్టాన్ని వద్దు అనుకుంటే, మళ్ళీ పశ్చాత్తాప పడవలసి వస్తుందేమో.!' అంకుల్

'దాని అదృష్టం బాగుంటే.. వాళ్లే ఆగుతారేమో.. చూద్దాం..' నాన్న

'అసలు ఏంటి బావా నీ ధైర్యం.. ఇంత మంచి అబ్బాయిని వద్దు అంటున్నావు... మాన్వి కి కలెక్టర్ సంబంధం ఏమైనా వస్తుందనుకుంటున్నవా!?' కోపం గా అన్నాడు మామయ్య

'ఏమో.. మాన్వి నే కలెక్టర్ అవుతుందేమో.. చెప్పలేము కదా.. నా కూతురు ఎప్పుడూ ఒకరి మీద ఆధారపడి బ్రతికే రోజు రాకూడదు.. అంతే. నేను ఉన్నా లేకున్నా.. తన జీవితాన్ని సరిగ్గా సమకూర్చి పెట్టడం నా బాధ్యత..' దృఢంగా తన నిర్ణయం చెప్పి వెళ్లిపోయారు నాన్న.

నాకు చాలా గర్వంగా అనిపించింది ఆ క్షణం నాన్నను చూసి.. ఎవడో ఒకడికి ఇచ్చి పెళ్లి చేసి, తన బాధ్యత అయిపోయింది అనుకొని చేతులు దులుపుకోకుండా.. నా నిండు నూరేళ్ల జీవితం కోసం ఆలోచిస్తున్న ఇలాంటి నాన్న దొరకడం నా పూర్వ జన్మ సుకృతమే అనిపించింది. నాన్న ఆశలను ఎప్పటికీ వొమ్ము కానివ్వద్దు. తాను నా మీద పెట్టుకున్న నమ్మకాన్ని ఎప్పటికీ నిలబెట్టుకోవాలి అని ఇంకా గట్టిగా నిర్ణయించుకున్నాను.

మరుసటి రోజు, మా కాలేజ్ దగ్గర ఆ తెల్ల చొక్కా అబ్బాయిని చూసి షాక్ అయ్యా.

నా దగ్గరికి వచ్చి, 'ఒక అయిదు నిమిషాలు మాట్లాడవచ్చా' అని ఎంతో మర్యాదగా అడిగాడు. ఏం చెప్తాడో చూద్దాం అని సరే అన్నా.

'నా పేరు మానస్.. నేను మిమ్మల్ని దాదాపు ఒక ఏడాది నుండి గమనిస్తున్నాను. ఈ మధ్య ఒక బంధువుల పెళ్లిలో చూసినప్పుడు నిర్ణయించుకున్నా.. మీతో కలిసి జీవితాన్ని పంచుకోవాలని. నాది ఈ ఏడాదే ఇంజనీరింగ్ పూర్తి అయింది. మంచి జాబ్ కూడా వచ్చింది. ఎలాగూ మీకు మీ నాన్న గారంటే ప్రాణం అని తెలుసు.. ఉండాలి కూడా.. చాలా గొప్ప వ్యక్తి తను. అందుకే అమ్మ వాళ్ళను తీసుకొని డైరెక్ట్ గా మాట్లాడడానికి మీ ఇంటికి వచ్చా. అలా చేయడం తప్పు అనిపిస్తే క్షమించండి. తను ఇప్పుడే ఏదీ చెప్పలేను.. మాట ఇవ్వలేను అన్నారు.. అది కూడా నాకు చాలా నచ్చింది. మీరు ఒకరి మీద ఆధారపడే అవసరం రావొద్దు అనేది చాలా మంచి ఆలోచన.. నేను తనని, తన ఆలోచనను గౌరవిస్తాను. ఒకే ఒక్క విషయం చెప్పడానికి వచ్చాను. ఎప్పుడు మీరు పెళ్లి చేసుకోవాలి అనే నిర్ణయానికి వచ్చినా, నాకు ఒక్క మాట మాత్రం చెప్పండి. నేను ఎదురు చూస్తుంటాను అని మరిచిపోకండి..' అన్నాడు.

తను మాట్లాడుతుంటే ఆశ్చర్యం, ఆనందం కలిసిన భావనతో తనని చూడడం తప్ప ఒక్క మాట మాట్లాడలేక పోయా..

చెప్పడం ముగించి, తను లేచి వెళ్లిపోబోతుంటే,

'ఒక్క నిమిషం' అన్నా..

ఏంటి అన్నట్టు ఆగి, తిరిగి చూసాడు.

'మీకు చెప్పడానికి మీ కాంటాక్ట్ నెంబర్..' అని అడిగా

'ఓ.. సారీ..' అని చిన్నగా నవ్వి.. తన నెంబర్ చెప్పాడు.

ఆ రోజు నుండి, సందర్భాన్ని బట్టి, అప్పుడప్పుడు మాట్లాడుకుంటూ, ఒకరికి ఒకరం ప్రేరణగా, మంచి స్నేహితులుగా ఉన్నాం. నాన్న ధైర్యం, మానస్ గైడెన్స్ కలవడం వల్లనే నేను, సరైన పద్ధతిలో ప్రిపేర్ అయ్యి, సివిల్స్ లో మంచి రాంక్ సాధించి, ఐ.ఏ.ఎస్ హోదా సాధించగలిగాను. అదే బంధం, ఈ రోజు, మాన్వి వెడ్స్ మానస్ గా మా పెళ్లి జరిగే వరకు వచ్చింది. నా చదువు, నా హోదా, నా జీవితం కోసం అహర్నిశలు శ్రమించిన మా నాన్నకు నేను ఏం ఇచ్చి ఋణం తీర్చుకోగలను. నాన్నే నా హీరో.. నా దైవం..!!

ఇన్ని ఒడిదుడుకులల్లో నాతో ఉండి, నన్ను నిలబెట్టిన మా నాన్న, ఇక మీద కూడా నాతో ఉంటారని నాకు తెలుసు. నేను కూడా మా అమ్మ, నాన్నలను ఎప్పటికీ వదిలేయను. అలాంటప్పుడు ఏడుపు ఎందుకు రావాలి.!? అందుకే సంతోషంగా పెళ్లి చేసుకొని వెళ్లిపోతున్నా.

భయం లేదు, బాధ లేదు..

బాధ్యత విడిచేది లేదు.,

బంధం వదిలేది కాదు.

****

౯. వైద్యుడి వేదన.!

దాదాపు రాత్రి పది గంటల సమయంలో, ఒక ఆటో వేగంగా వచ్చి ఆసుపత్రి ముందు ఆగింది.

"డాక్టర్ గారూ.. నా కూతురిని కాపాడండి డాక్టర్ గారు.." బోరున ఏడుస్తూ, అపస్మారక స్థితిలో, నురగలు కక్కుతున్న, తన రెండేళ్ల కూతురిని చేతులపై ఎత్తుకొని పరిగెత్తుతూ లోపలికి వచ్చాడు ఒకతను. వెనకే ఏడుస్తూ తల్లి వచ్చింది.

"రాము.. స్ట్రెచ్చర్ తీసుకు రా.." అని వార్డ్ బాయ్ కి చెబుతూ, గది నుండి బయటకు వచ్చాను నేను.

వెంటనే సిస్టర్ బయటకు వచ్చి,

"ఏం జరిగింది.?" అని అడిగింది.

పాపని స్ట్రెచ్చర్ మీద పడికో పెడుతుండగా, "నా బిడ్డ చూసుకోకుండా పురుగుల మందు తాగేసింది." ఆ మందు డబ్బా చూపించి ఏడుస్తున్నాడు తండ్రి.

వెంటనే ఆ డబ్బా తీసుకొని, అందులో ఉన్న విషం పేరు చూస్తూ, "లోపలికి తీసుకెళ్లండి. సిస్టర్ స్టమక్ వాష్ కి రెడీ చేయండి." చెబుతూ వెనకే నేనూ వెళ్లాను. పెద్ద వాళ్ళ డాక్టరుని అయిన నేను, అంత చిన్న పాపకి నోట్లోకి పైప్ వేయడం, స్టమక్ వాష్ చేయడం, చేతికి ఇంజక్షన్ పెట్టడం, విరుగుడు మందు గ్లూకోసులో కలిపి ఎక్కించడం మొదలు పెట్టే సరికి, ఆ ఆరాటం, ఆవేదన, టెన్షన్ కి నాకే గుండె పోటు వస్తుందేమో అని అనిపించింది. కానీ పాప కొంత వరకు బాగానే ఉంది అనే ధైర్యం, నా గుండెని మళ్ళీ సాధారణంగా కొట్టుకునేలా చేసింది.

బయటకు వచ్చి, "ఇప్పటికి పరవాలేదు. కానీ ఇప్పుడే ఏమీ చెప్పలేము. ఒక రెండు రోజులు గమనించవలసి ఉంటుంది" అని చెప్పాను.

"ఏమీ ప్రమాదం లేదా సార్.!? రెండు రోజుల్లో ఇంటికి తీసుకెళ్ళొచ్చా.!? ఇంకా ఏదైనా పెద్ద ఆసుపత్రికి వెళ్లాలా!?" అంటూ ప్రశ్నల వర్షం మొదలు పెట్టారు.

"ఇంకా ప్రాణాపాయం లేదు అని కూడా చెప్పలేము. చిన్న పాప కదా, ఎంత తాగిందో తెలియదు. చూద్దాం. ముందు డీటెయిల్స్ చెప్పండి. పేరు, వయసు, తండ్రి పేరు, ఊరు, అడ్రస్." అడిగి రెజిస్టర్లో రాసాను.

"ఎలా జరిగింది.?" అని అడిగాను.

"నేను పురుగుల మందు చేనులో చల్లి, మిగిలినది ఇంట్లో పెట్టి, స్నానానికి వెళ్ళాను. నా భార్య టీ.వీ చూస్తూ ఉంది. పాప తెలియక మందు సీసా తీసి నోట్లో పెట్టుకుంది. కొంచం మింగి, బాగాలేదని పక్కన పడేసినట్టు ఉంది. అంతలో నేను చూసి, వెంటనే తీసుకొని వచ్చాను." అని చెప్పాడు.

" ఏం భయం లేదు కదండీ.!?" అని కంగారుగా అడుగుతున్న తల్లికి,

ఎలా చెప్పాలో అర్థం కాక, "ఇక్కడ అన్ని ఎమర్జెన్సీ సదుపాయాలు అయితే ఉండవు. కావాలంటే ఏదైనా పెద్ద ఆసుపత్రికి తీసుకెళ్లండి" సలహా చెప్పాను నేను

"మాకు ఏమీ తెలియదు సారు. మీరే ఏదో ఒకటి చేయండి.. మా దగ్గర అన్ని డబ్బులు లేవు సారు.." అంటూ కాళ్ళ మీద పడబోయాడు అతను.

నేను వెంటనే అతన్ని ఆపి, "సరే, నా ప్రయత్నం నేను చేస్తా. రేపటి వరకు చూద్దాం" అని చెప్పి, 'ఇంట్లో చిన్న పాప ఉంది అని తెలిసి, పురుగుల మందు డబ్బాని పాపకు అందేలా పెట్టిన తండ్రి తప్పు, పాపని పట్టించుకోకుండా, టీ.వీ. లో మునిగి పోయిన తల్లి తప్పు, కలిసి పాపం పాప ప్రాణానికి వచ్చింది' అని బాధ పడుతూ మళ్ళీ లోపలికి వెళ్ళాను.

ప్రతి రోజు ఇలాంటి అనుభవాలు ఎన్నో నా వృత్తి క్రమంలో చూస్తూ ఉంటాను. నేను పని చేస్తుంది ఒక 'కమ్యూనిటీ హెల్త్ సెంటర్'లో. అంటే, అన్ని సదుపాయాలు ఉండే పెద్ద ఆసుపత్రి కాదు, ఏమీ చేయలేము అని చెప్పగల ప్రాధమిక ఆరోగ్య కేంద్రం కాదు. ప్రతి రోజు నైట్ డ్యూటీలో ఒక్కరే ఉంటారు. మేము ఏ స్పెషలిటీ వాళ్ళం అయినా, వచ్చే ప్రతి పేషెంట్ ని చూడాలి. చికిత్స అందించాలి.

****

దాదాపు పన్నెండు గంటలకు,

"సార్.. ఆ జాండిస్ పేషెంట్ కి వాంతిలో రక్తం పడుతుంది." చెప్పాడు వార్డ్ బాయ్ రాము.

వెంటనే లేచి "బీ.పీ మెషీన్ తీసుకొని రా" అని చెబుతూ వార్డ్ కి వెళ్ళాను. పొట్ట ఉబ్బిపోయి, కాళ్ళ వాపులతో ఉన్న ఒక యాభై ఏళ్లు దాటిన ఒక వ్యక్తి.

"సిస్టర్ 'ట్రెనెక్స' ఇంజక్షన్ తీసుకోండి" అని బీ. పీ చూసి, పరీక్ష చేసి, ఇంజెక్షన్స్ ఇచ్చి ఇన్వెస్టిగేషన్స్ రాసాను.

"ఎలా ఉన్నాడు సార్.. ఎలాగైనా మా ఆయన్ని మీరే కాపాడాలి సార్.." అంటూ అడుగుతుంది భార్య.

"ఇంతకు ముందు ఎప్పుడైనా ఇలా అయిందా అమ్మా" అడిగాను

"ఒక సంవత్సరం క్రితం అయింది. అప్పుడు ఇక్కడే ట్రీట్మెంట్ ఇచ్చారు. మంచిగా అయ్యాడు. లివర్ పాడయింది, మళ్ళీ మందు తాగొద్దు అని చెప్పారు. కానీ రెండు నెలలకే మళ్ళీ మందు తాగడం మొదలు పెట్టాడు. మళ్ళీ ఈ పరిస్థితి తెచ్చుకున్నాడు." బాధ కోపం కలిపి చెప్పింది ఆవిడ.

"పెద్ద పరీక్షలు, వేరే ట్రీట్మెంట్ అవసరం అవ్వొచ్చు అమ్మా. పెద్ద ఆసుపత్రికి తీసుకెళ్తారా.!?" చెప్పాను నేను.

"మాకు ఆ సిటీలో ఎవరూ తెలియదు సార్. ఈ సమయంలో ఎలా వెళ్తాము. అయినా అక్కడ మమ్మల్ని ఎవ్వరూ పట్టించుకోరు. మీరే ఏదో ఒకటి చేయండి." అని ప్రాధేయపడింది.

"ఇక్కడ ఆ సదుపాయాలు లేవు అమ్మ. మళ్ళీ ఒక సారి ఇలా రక్తం పోతే, ప్రాణాపాయం అవ్వొచ్చు. మరి, ఇక్కడే ఏదైనా ప్రైవేట్ హాస్పిటల్ కి పోతావా.!?" నా నిస్సహాయతను, ఉన్న పరిస్థితిని చెప్పే ప్రయత్నం చేసాను.

"అలా అనకండి సార్.. మా దగ్గర అన్ని డబ్బులు లేవు సార్. నాకు ముగ్గురు చదువుకునే పిల్లలు. నేనే కష్టపడి ఇల్లు నడిపిస్తున్నా. మీరే ఏదో ఒకటి చేయండి." అంది, కళ్ళు తుడుచుకుంటూ.

'ఇన్ని సంవత్సరాల నుండి మందు తాగడానికి, గుట్కా తినడానికి డబ్బులు ఉంటాయి. ఆరోగ్యం కాపాడుకోవడం రాదు, చికిత్సకి డబ్బులు ఉండవు. ఇలాంటి వాళ్ళను చూసి జాలి పడాలో, కోపం తెచ్చుకోవాలో అర్థం కాదు' అనుకుంటూ,

"సరే.. నా ప్రయత్నం నేను చేస్తా. కానీ, నమ్మకం అయితే ఇవ్వలేను. నీదే బాధ్యత అని ఇక్కడ సంతకం పెట్టు." అని పెట్టించాను. సిస్టర్ కి చెప్పి, మరి కొన్ని ఇంజెక్షన్స్, గ్లూకోస్ పెట్టించాను. ఎలాగూ ఈ స్టేజీకి వచ్చాక ఎక్కువ కాలం బ్రతకలేడు. కుటుంబ సభ్యులకు ఆర్థిక బరువును పెంచడం ఎందుకులే అని అనుకుంటూ.

నా గదికి వెళ్లి, ఆ పాప తాగిన విషం గురించి, దాని వల్ల పిల్లలలో వచ్చే ఇతర సమస్యలు ఏమైనా ఉంటాయా, పిల్లల మందు డోసుల గురించి పుస్తకంలో చదివే ప్రయత్నం చేస్తున్నా. అలా చదువుతూ, కునుకు పట్టేసింది. నిద్రలో ఒక చక్కటి

కల, ఆ పాప లేచి, నా దగ్గరికి పరిగెత్తుతూ వచ్చి, ముద్దుగా, 'థాంక్యూ డాక్టర్' అని చెబుతుంది. నేను పాపని ఎత్తుకొని ముద్దాడుతున్నాను.

****

అంతలో, దాదాపు అర్ధ రాత్రి రెండు గంటల సమయంలో,

"సార్.." అంటూ వర్డ్ బాయ్ డోర్ నాక్ చేసాడు.

"చెప్పు రాము." అన్నా కంగారుగా.

"ఏదో ఎమర్జెన్సీ కేస్ వచ్చింది సార్." అన్నాడు.

వెంటనే లేచి వెళ్ళాను.

ఒక యాభై ఏళ్ళ వయసు ఉన్న మహిళ, ఆయాస పడుతుంది.

"ఏం జరిగింది!?" అడిగాను.

"ఆయాసం వస్తుంది" చెప్పాడు తన కొడుకు వయసు గల ఒక అతను.

"ముందు ఎప్పుడైనా ఏమైనా సమస్య ఉందా." అడుగుతూ తనని పరీక్ష చేసాను.

"ఎనిమిది సంవత్సరాల ముందు బీ.పీ ఉంది అని చెప్పారు. కానీ మందులు వాడటం లేదు. రెండు నెలల నుండి కొద్ది కొద్దిగా ఆయాసం అంటుంది" అన్నాడు.

"ఎందుకు మందులు వాడలేదు.!? రెండు నెలల నుండి ఎక్కడ చూపించారు మరి!?" అడిగాను ఆక్సిజన్ మాస్క్ పెడుతూ.

"లేదు డాక్టర్. ఎక్కడా చూపించలేదు. ఏదో ఇంటి చిట్కాలు అంటూ వాడుతూ ఉంది. మందులు వాడమంటే వాడదు. మేము ఎంత చెప్పినా వినదు." అన్నాడు

"సరే, మీరు బయట వేట్ చేయండి" అని చెప్పి, ఎమర్జెన్సీలో చికిత్స చేసి, పరీక్షలకు పంపి, ఆక్సిజన్ మాస్క్ పెట్టాను.

పక్కనే ఉన్న సిస్టర్, "కండిషన్ బాగా లేదు సార్. పెద్ద ఆసుపత్రికి పంపించండి. మనకి ప్రాబ్లెమ్ అవుతుంది." అంటుంది ఈ.సీ.జీ తీస్తూ.

"ఈ కండిషన్లో తీసుకెళ్లలేరు. వెళ్లే లోపే ప్రాణం పోవచ్చు." చెప్పాను నేను ఈ.సీ.జి చూస్తూ. మళ్ళీ నేనే, "పరిస్థితి చెబుదాం, అప్పటి వరకు మన ప్రయత్నం చేద్దాం. మెడిసిన్ ఇస్తూ ఉండండి. ఎక్కడికి వెళ్లినా, ట్రీట్మెంట్ అయితే ఇంతే గా." అన్నాను

"కానీ ఇక్కడ ఏమైనా అయితే పెద్ద గొడవ చేస్తారు సార్." తన భయం బయట పెట్టింది సిస్టర్.

"మనం చేస్తుంది మనకు తెలుసు. వాళ్లకు కూడా మన పరిమితులు చెబుదాం. చూద్దాం. మీరు గంట గంటకి బీ.పీ చూస్తూ ఉండండి." సిస్టర్ కి చెప్పి బయటకు వెళ్ళాను.

"ఎలా ఉంది డాక్టర్." అని ఆత్రంగా అడిగిన కొడుకుతో,

"బీ.పీ చాలా ఎక్కువ అయ్యి, గుండె సరిగ్గా కొట్టుకోక ఆయాసం వస్తుంది. కిడ్నీస్ మీద కూడా ప్రభావం పడినట్టు ఉంది. పెద్ద ఆసుపత్రికి వెళ్తే మంచిది." అని చెప్పాను.

"మా వాళ్ళతో మాట్లాడి చెబుతాను సార్. ఇక్కడ ఏమీ చేయలేరా సార్..!?" అని అడిగాడు అసహనంగా

"ఇక్కడ చేయలేక పోవచ్చు. అందుకే చెబుతున్నా" అన్నాను. కోపంగానో, బాధగానో అర్థం కాకుండా అక్కడి నుండి వెళ్ళిపోయాడు.

'ఇన్ని సంవత్సరాల నుండి జబ్బు ఉంది, కానీ మందులు వాడలేదు. రెండు నెలల నుండి ఇబ్బంది ఉన్నా, వైద్యుడిని కలవలేదు, చికిత్స తీసుకోలేదు. అలాంటప్పుడు ఇలాంటి రోజు ఒకటి వస్తుంది కదా. ప్రాణాపాయ స్థితి తెచ్చుకొని, వాళ్ళు ఇబ్బంది పడడం, మమ్మల్ని ఇబ్బంది పెట్టడం ఎందుకో. ఆసుపత్రికి తీసుకెళ్ళాం అని చెప్పుకోవడానికి తీడుకొచ్చినట్టు ఉంది.' అనుకుంటూ, బయటకు వచ్చాను

ఒక సారి మళ్ళీ ఆ పాప పరిస్థితి చూసాను.

విషం ప్రభావం చాలా వరకు తగ్గిపోయినట్టు కనిపిస్తుంది. పక్కనే పాప తల్లి పడుకుని ఉంది. నాకు ఎంతో ఆనందంగా అనిపించింది. డోస్ తగ్గించమని సిస్టర్ కి చెప్పి, మళ్ళీ నా గది వైపు నడిచాను.

****

తెల్లవారుతుండగా, 'టక టకా' నా గది తలుపు బాదుతున్న శబ్దం.

వెంటనే లేచి, కళ్ళు తుడుచుకుంటూ తలుపు తెరిచాను.

"సార్.. ఆ పేషెంట్ కి మళ్ళీ వాంతిలో రక్తం పడింది." అన్నాడు వార్డ్ బాయ్ రాము.

"అయ్యో.. ఎంత రక్తం పోయింది.?" అని అడుగుతూ, పరుగు లాంటి నడకతో వెళ్ళాను.

అక్కడ సిస్టర్ గ్లూకోస్ పెడుతుంది.

నేను పరీక్ష చేస్తుండగానే, ఆ రోగి, గుండె కొట్టుకోవడం తగ్గిపోతుంది, ఊపిరి సరిగ్గా ఆడటం లేదు.

పక్కన ఉన్న తన భార్య అరుస్తూ, ఏడుస్తుంది.

వెంటనే తనని బయటకు పంపించమని ఆయమ్మకి చెప్పి, మేము మా చివరి ప్రయత్నం చేసాము. ఒక ముప్పై నిమిషాలు, రకరకాల ప్రయత్నాలు చేసాక, ఇక ప్రాణం పోయింది అని నిర్ధారించుకొని, ప్రయత్నం విరమించాము.

బయటకు వచ్చే సరికి, ఎప్పుడూ కనిపించని, బంధువులు ఒక నలుగురు అక్కడ కనిపించారు.

"ఎలా ఉన్నాడు డాక్టర్." ఆరాటంతో అడిగింది భార్య.

"ముందే చెప్పాను కదామ్మా.. మళ్ళీ ఇలా జరిగితే కాపాడడం కష్టం అని." అని చెప్పాను.

"అయ్యో.." అని ఏడుస్తూ ఆవిడ లోపలికి వెళ్ళింది.

"పరిస్థితి అంత సీరియస్ గా ఉంటే, ఇక్కడే ఎందుకు ఉంచారు.!?" ఆవేశంగా అడిగాడు ఒకతను.

"అసలు ఎవరు మీరు.? నేను ముందే వేరే ఆసుపత్రికి తీసుకెళ్లమని చెప్పాను." అన్నాను చిరాకుగా.

"నేను ఎవరిని అంటావా.. ఆయన మా బావ. అసలు అలాంటి పేషెంట్ ని ఇలాంటి హాస్పిటల్ లో ఎందుకు ఉంచారు? మీకు అసలు బుద్ధి ఉందా.!?" అన్నాడు ఆవేశంగా.

"మర్యాదగా మాట్లాడు. ముందు మీ అక్కని అడుగు నేను ఏమి చెప్పానో. !?" అన్నాను కోపంగా.

"ప్రాణాలు కాపాడడం చేతకాదు కని, నీకు మర్యాద ఇవ్వాలా." అంటూ ఆవేశంగా నన్ను తోసాడు.

నాకూ క్షణాల్లో ఆవేశం కట్టలు తెంచుకుంది. తిరిగి కొట్టాలి అనిపించినా, నా సంస్కారం నన్ను ఆపింది. కోపం, బాధ, అదుపు తప్పిన క్షణంలో, మా స్టాఫ్ వచ్చి, అతనిని బయటకు, నన్ను లోపలికి పంపించారు. "వీళ్లంతా ఇంతే సార్. మనం చేసే సర్వీస్ వీళ్లకు ఎప్పటికీ అర్ధం కాదు." ఓదార్పుగా అంటుంది సిస్టర్. 'అసలు ఈ వృత్తిలోకి ఎందుకు వచ్చానా..' అని ఆవేశంతో బాధతో కుములి పోతున్న నేను, పక్కకు చూసాను.

ఆయాసంతో వచ్చిన ఆవిడ ఆయాసం చాలా వరకు తగ్గి, మెరుగ్గా ఉంది. ఆ పాప, స్పృహ లోకి వచ్చింది. కళ్ళు తెరిచి చూస్తుంది. క్షణంలో నా ఆవేశం అంతా తగ్గి, మనసుకు హాయిగా అనిపించింది. తన దగ్గరికి వెళ్లి, పరీక్ష చేసాను. విషం ప్రభావం పూర్తిగా పోయింది.

"ఇక ప్రమాదం ఏమీ లేదమ్మా." ఆనందంగా చెప్పాను తల్లికి.

వెంటనే నమస్కారం పెడుతూ, "మీరే మా పాప ప్రాణాలు కాపాడారు డాక్టర్. మీ రుణం తీర్చుకోలేము" అంటూ కాళ్ళు పట్టుకోబోయింది.

తనని ఆపి, పాపని పలకరించి, ఎంతో గర్వంగా అక్కడి నుండి బయటకు వచ్చాను. 'వైద్యుడి విలువ తెలియని కొంత మంది వల్ల నేను నిరుత్సాహ పడడం ఏంటి.. వాళ్ళ సంగతి చట్టం చూసుకుంటుంది. ఒక కంప్లైంట్ ఇవ్వడం వరకే నా బాధ్యత' అనుకుంటూ, కంప్లైంట్ లెటర్ రాసి, నెక్స్ట్ వచ్చే పేషెంట్ ని చూడడానికి సిద్ధం అయ్యాను.

****

మీ ఆరోగ్యం మీ చేతిలో ఉండగా జాగ్రత్త పడకుండా, చెయ్యి జారిపోయాక బాధ పడితే ఏం లాభం. డాక్టర్లు కూడా మనుషులే. వైద్యం మాత్రమే మేము చేయగలము. మా చేయి దాటినాక, ఏమీ చేయలేము. అందుకే, ప్రతి రోజు, ఎందరో వైద్యుల కుటుంబ సభ్యులు, ఎందరో వైద్యులు కూడా ప్రాణాలు కోల్పోతుంటారు. అది అర్థం చేసుకోకుండా, ప్రతి మరణానికి వైద్యులే కారణం అన్నట్టు, మీ భావోద్వేగాలను డాక్టర్ల మీద చూపిస్తే, రేపటి రోజున, ధైర్యం చేసి చికిత్స చేయడానికి ఎవరూ ముందుకు రారు అనే సంగతి ప్రజలు తెలుసుకుంటే, సమాజానికి మేలు.

10. బంధాల బంధీ.!!

అదొక అందమైన పెళ్లి మండపం. అందులో, అప్పుడే పెళ్లి తతంగం అంతా ముగిసిన ఆనవాళ్ళు కనిపిస్తున్నాయి. పని వాళ్ళు ఖాళీ అయిన కుర్చీలు సదిరేస్తున్నారు. బంధువులందరూ ఒకరికొకరు సెలవు చెప్పుకుంటూ, ఇళ్లకు వెళ్లిపోతున్నారు. ఆ హడావిడి నుండి దూరంగా, ఒంటరిగా కూర్చున్న విజయ్ దగ్గరికి సందీప్ వెళ్ళాడు.

"విజయ్.. పెళ్లి ఇంత బాగా చేసిన పెళ్లి కూతురి అన్నయ్య ఎక్కడ అని అందరూ అడుగుతున్నారు.. నువ్వు ఇక్కడ ఉన్నవా.. పని వాళ్లందరికీ నువ్వు చెప్పినట్టు డబ్బులు ఇవ్వడం అయిపోయింది. అమ్మ, పిన్ని వాళ్ళను కార్ లో ఇంటికి వెళ్ళమన్నా.. మనం నీ బైక్ మీద వెళ్దాం.." సందీప్ మాటలతో ఈ లోకం లోకి వచ్చాడు విజయ్..

సందీప్ విజయ్ కి చిన్ననాటి నుండి స్నేహితుడు. అదే ఊరిలో పక్క పక్క ఇల్లు వాళ్ళవి. వయసులో పెద్దగా తేడా లేకపోవడంతో, కలిసే పెరిగారు ఇద్దరు. విజయ్ కష్టం, సుఖం అన్నీ చూసిన వాడు సందీప్. ఎప్పుడూ విజయ్ మనోభావాలను పూర్తిగా అర్థం చేసుకునే ఒకే ఒక్క వ్యక్తి.

"నువ్వు కూడా అమ్మ వాళ్ళతో వెళ్లరా.. నేను కాసేపు అయ్యాక వస్తా.." అన్నాడు విజయ్.

"అందరూ ఎంతో సంతోషంగా ఉన్నారు.. చిన్న చెల్లి పెళ్లి కూడా ఇంత ఘనంగా చేసావని, అమ్మ నీ గురించి గొప్పగా చెప్పుకుంటూ, చాలా గర్వ పడుతుంది.. నువ్వు ఏంటిరా.. సడన్గా ఇలా డల్ గా అయ్యావ్.." అసహనంగా అడిగాడు సందీప్. విజయ్ మౌనానికి కారణం తను ఊహించగలడు.. కానీ, విజయ్ ని ఆ ఆలోచనల నుండి బయటకు తెచ్చే ప్రయత్నములో అడిగాడు.

"ఏం లేదు సందీప్.. నువ్వు అమ్మ వాళ్ళను జాగ్రత్తగా ఇంటికి తీసుకెళ్లు.. నేను అలా కాసేపు పొలం దగ్గరికి వెళ్లి వస్తా.." చెప్పాడు విజయ్.

"మళ్ళీ నా.. అది కాదు రా.. అమ్మ నిన్ను రమ్మంటుంది.." అంటున్న సందీప్ మాట పట్టించుకోకుండా, బైక్ దగ్గరికి అడుగులు వేసాడు విజయ్..

****

విశాలమైన రోడ్డు. ఇరువైపులా గాలికి అనుగుణంగా ఊగుతూ వయ్యారాలు పోతున్న పచ్చని పొలాలు. పొలాల అవతల, దూరంగా ఉన్న ఎత్తైన కొండలు. ఆ కొండల మధ్యలో, ఆ రోజుకి తన బాధ్యత ముగిసినట్టు, ప్రశాంతంగా, కొండల చాటుకి జారిపోతున్న సూర్యుడు. శారీరికంగా కన్నా, మానసికంగా, మోయలేని బరువులతో, అలిసిపోయిన విజయ్ ని, తన చల్లని గాలితో సేద తీరమని

76 | అనుబంధాలు.. ప్రతి బంధకాలు.

ఓదారుస్తున్నట్టుగా వీస్తుంది గాలి. విజయ్ ప్రమేయం అవసరం లేనట్టుగా, బైక్, తన అలవాటు ప్రకారం, అదే పొలం దగ్గరకు తీసుకువెళుతుంది. విజయ్ మనసు, ఆలోచనల ప్రళయంలో కొట్టుకుంటుంది.

'నన్ను చూసి అమ్మ గర్వ పడుతుందా..! నేను గర్వ పడే అంత మంచి పని ఏమైనా చేసానా!?' అసలు తను చేసింది పాపమో పుణ్యమో కూడా అర్ధం కాని స్థితిలో ఉన్న తనకు, అలాంటి మాటలు ఇంకా ఇంకా బాధని కలిగిస్తున్నాయి. తన ఉద్దేశం ఎప్పుడూ మంచి చేయడమే అయినా, విధి తనతో, ఒక పెద్ద పాపం చేయించింది. దానికి తన బాధ్యత ఎంత ఉందో తెలియకపోయినా, దాదాపు గత మూడు సంవత్సరాలుగా, ఎప్పుడూ తనను తాను నిందించుకుంటూ, శిక్షించుకుంటూ బ్రతుకుతున్నాడు విజయ్. ఆ రోజు మళ్ళీ ఒక సారి, తన ఆలోచనల ప్రవాహం అయిదు సంవత్సరాల వెనకకు వెళ్ళింది.

****

(గతం..)

దేశంలోనే ప్రఖ్యాతి గాంచిన ఒక ఇంజనీరింగ్ కాలేజ్ లో, కంప్యూటర్ ఇంజనీరింగ్ మూడవ సంవత్సరం చదువుతున్నాడు విజయ్. అసలు జీవితంలో కష్టం, బాధ, బాధ్యత అనేవి ఉంటాయని అప్పటి వరకు, తెలియదు తనకు. తన చదువు కోసం హాస్టల్ లో ఉంటూ, నెలకు ఒకటి లేదా రెండు సార్లు ఇంటికి వెళ్లి వచ్చేవాడు. విజయ్ తండ్రి శివయ్య, ఒక ప్రభుత్వ ఉద్యోగి.. సిటీకి వెళ్ళే అవకాశం ఉన్నా కూడా, పుట్టి పెరిగిన ఊరిని వదలలేక, ఊరి ప్రజల మంచీ చెడూ చూడాలనే సదుద్దేశంతో, అక్కడే ఉంటూ, ఊర్లో పొలం కౌలుకి ఇచ్చి వ్యవసాయం చేయించే వాడు. అమ్మ దుర్గమ్మ, గృహిణి. ఇద్దరు చెలెల్లు.. పెద్ద చెల్లి సునిత, టౌన్ లో డిగ్రీ చేస్తుంది. రోజు ఇంటి నుండి వెళ్లి వచ్చేది. చిన్న చెల్లి వనిత, వాళ్ళ ఊరి దగ్గర్లోని కాలేజ్ లో ఇంటర్ చదువుతుంది.. ఆ ముగ్గురికి కూడా, అప్పటి వరకు, చదువుకోవడం, ఆడుకోవడం, స్నేహితులతో సరదాగా గడపడం తప్ప, ఇంట్లో ఆర్ధిక వ్యవహారాలు గాని, బాధ్యతలు గాని, బంధువుల గురించి కానీ పెద్దగా ఏమీ తెలియదు. 'ఆకలి తెలియకుండా

చూసుకునే అమ్మ, అవసరమని అడగకముందే తెలుసుకునే నాన్న..' అంతకన్నా పిల్లలకు ఇంక ఏమి కావాలి!!

ఇంట్లో వాళ్లకు తెలియకుండా విజయ్ జీవితంలో మొట్టమొదటి సారిగా ఒక కొత్త బంధం ఏర్పడిన తొలి రోజులు అవి.. వాళ్ళ కాలేజ్ లో కొత్త బ్యాచ్ విద్యార్థులు చేరిన రోజులు. జూనియర్స్ ని పరిచయం చేసుకునే నెపంతో, విజయ్ స్నేహితులు సరదాగా.. వారి బయో డేటా తెలుసుకుంటూ, ర్యాగింగ్ అనకూడదు గానీ, సీనియర్లుగా వారి ఆధిపత్యాన్ని చూపించే ప్రయత్నం చేస్తున్నారు. విజయ్ వాళ్ళ పక్కన కూర్చొని, మిగతా వారు శ్రుతి మించకుండా చూసే బాధ్యత నిర్వహిస్తుండగా, మొదటి సారి చూసాడు ఒక అమ్మాయిని. తన అందమైన కళ్ళు, విజయ్ ని తొలి చూపులోనే, ఆకర్షితుడ్ని చేసాయి.. ఆ కన్నులు చూపించాలి అని ప్రయత్నిస్తుంది భయమే అయినప్పటికీ, విజయ్ కి వాటిలో చిలిపితనమే కనిపించింది. బాగా అల్లరి పిల్ల, కష్ట పడి భయం నటిస్తున్నట్టు అనిపించి, తననే చూస్తూ ఉండి పోయాడు విజయ్..!!

ముందుగా అందరిని పేర్లు అడుగుతుండగా, ఎవ్వరి పేరు పట్టించుకోని విజయ్ కి ఆ అమ్మాయి పేరు బాగా గుర్తుండిపోయింది.

'స్నేహ ప్రియ' అంది.. చక్కని గొంతుతో.

తనతో స్నేహం కుదిరితే బాగుండును అని విజయ్ ఆ క్షణమే ఆశ పడ్డాడు.

"అందరూ ఒక పాట పాడండి. ఎవరు బాగా పాడితే వాళ్ళను వదిలేస్తాను" అన్నాడు విజయ్ స్నేహితుడు విక్రమ్.

"ఈ వేళలో నీవు.. " మొదలుపెట్టింది ఒకమ్మాయి.

"బోర్.. నెక్స్ట్.."

"తెలుసా.. మనసా.."

"రొటీన్.. నెక్స్ట్.. ఏదైనా వెరైటీ గా పాడితే వదిలేస్తా.." మళ్ళీ చెప్పాడు విక్రమ్.

ఇక స్నేహ వంతు వచ్చింది. వెంటనే తను,

"మాయదారి మైసమ్మో మైసమ్మా.." అని పాట మొదలు పెట్టి, 'వెరైటీ పాట కదా, ఇక వదిలేస్తారా' అన్నట్టు తను చూస్తుంటే, అందరితో పాటు బాగా నవ్వేసాడు విజయ్. అంతలో ప్రొఫెసర్ ఎవరో అటుగా వస్తుండడంతో, అందరూ అక్కడి నుండి జారుకున్నారు.

ఇలా జరిగిన మొదటి పరిచయం, విజయ్ కి స్నేహని మళ్ళీ మళ్ళీ గుర్తు చేసింది. కాలేజ్ కారిడార్ లో ఎక్కడ కనిపించినా, ఫ్రెండ్స్ తో అల్లరి చేస్తూ, సీనియర్స్ కనిపించగానే భయ పడుతున్నట్టు నటిస్తూ, ప్రతి ఫీలింగ్, కళ్ళల్లో చూపించేది.. అందమైన పొడవాటి జడ తో, మంచి రంగు, సరైన పొడవు, చక్కటి చిరునవ్వుతో, మళ్ళీ మళ్ళీ చూడాలి అనిపించే ముఖవర్చస్సు తనది. అప్పటి వరకు ఏ అమ్మాయి మీద ధ్యాస పెట్టని తను, స్నేహ మీద చూపిస్తున్న ఇంట్రెస్ట్, చూసి, విజయ్ కే సిగ్గుగా అనిపించేది, తన స్నేహితులు కూడా ఆశ్చర్యపోయే వారు.

****

అది నగరంలోని అతి పెద్ద బస్ స్టాండ్. రెండు రోజులు కాలేజీకి సెలవులు రావడంతో, ఇంటికి వెళ్లడానికి బస్ ఎక్కాడు విజయ్. బస్ లో ఎదురుగా స్నేహ కనిపించింది. విజయ్ ని చూడగానే, ఆశ్చర్యమో, భయమో, గౌరవమో అర్థం కాకుండా, వెంటనే లేచి నిలబడి, 'గుడ్ ఈవినింగ్ సర్..' అంది.. విజయ్ తనలో తాను నవ్వుకొని, పక్కనే ఉన్న సీట్లో కూర్చొమ్మని చెప్పాడు.

"నువ్వేంటి ఇక్కడ!?" అడిగాడు విజయ్.

"ఇది మా ఊరికి వెళ్లే బస్ సర్. మాది వెంకటాపురం." ఉత్సాహంగా చెప్పింది స్నేహ.

"అవునా.. మాది ఆ పక్కనే ఉండే కృష్ణపట్నం." చెప్పాడు విజయ్.

"అవునా.. మేము ప్రతి సంవత్సరం శ్రావణ మాసంలో మీ ఊరిలో జరిగే జాతరకు వస్తుంటాం. కానీ మీరు ఎప్పుడూ కనిపించలేదు." ముందే పరిచయం అయ్యి ఉంటే బాగుండును అన్నట్టు చెప్పింది స్నేహ.

"అంత పెద్ద జాతరలో కనిపించడం కష్టం కానీ.. ఈ ఏడు నుండి కలుద్దాం లే.." చిరునవ్వుతో జవాబిచ్చాడు విజయ్.

సామాన్యంగా అమ్మాయిలతో ఎక్కువగా మాట్లాడే అలవాటు లేని విజయ్.. మొదటి అవకాశం లోనే ఎక్కువ మాట్లాడి చులకన అవ్వొద్దని, కేవలం కొద్ది సేపు మాత్రం మాట్లాడి వదిలేసాడు.

స్నేహ మాత్రం కొద్ది సేపటికే చొరవ తీసుకొని, ఫ్రెండ్స్, ఫామిలీ, దగ్గర నుండి, సినిమాలు, రాజకీయాలు వరకు.. ఏదో ఒకటి మాట్లాడుతూనే ఉంది. తన కంపెనీ అంత వరకు ఎంజాయ్ చేసిన విజయ్, స్నేహ, తన, భవిష్యత్తు ఆలోచనలు ఏంటి, అంటూ అడుగుతుంటే, తన మాటల ప్రవాహానికి ఇక ఆనకట్ట వెయ్యక తప్పదు అనుకొని,

ఒక్క సారిగా.., "ఇక ఆగు" అనేసాడు..

ఆశ్చర్యంగా చూస్తున్న స్నేహతో,

"మళ్ళీ నేను చెప్పే వరకు నువ్వు కదలొద్దు, మాట్లాడొద్దు" అని చెప్పాడు.

దీనంగా విజయ్ కళ్ళల్లోకి చూస్తున్న స్నేహ కళ్ళను చూస్తూ, తెలియకుండానే తన ప్రేమలో పడిపోతున్నాడు.. 'ఈ చిలిపి కన్నుల చిన్నారి, మాటల మూటల ముద్దు గుమ్మ, ఎప్పటికీ నాతో ఉంటే ఎంత బాగుండునో అనిపించింది.' అలా స్నేహ కళ్ళల్లోకి చూస్తూ, చిరు గాలికి ఊగిసలాడుతున్న తన ముంగురులలో మైమరచిపోయిన తనకు, కాసేపటికి స్నేహ కళ్ళల్లో కంగారు కనిపించింది..

"అప్పుడే బోర్ కొడుతుందా.. ఇంత సేపు మాట్లాడావు కదా.. అలిసి పోలేదా.." అంటున్న విజయ్ ని దీనంగా చూస్తుందే తప్ప.. కదలకుండా అలాగే ఉంది..

"సరే.. ఇక మాట్లాడొచ్చు లే.." అన్నాడు, తను ఏదో మాట్లాడాలనుకుంటుంది అని అర్థం అయ్యి..

వెంటనే చిన్న పిల్లలాగా ఏడుపు మొదలు పెట్టింది తను..

"అయ్యో.. అదేంటి అలా ఏడుస్తున్నావ్.. ఎవరైనా చూస్తే ఏం అనుకుంటారు.. అసలే మా ఊరు దగ్గరికి వచ్చింది.. ఆపు తల్లి.." అన్నాడు

"అది కాదు సర్.. మా ఊరు దాటేసాము.. అసలే చీకటి పడుతుంది... మా ఇంటికి ఎలా వెళ్ళాలి.." అంది దీనంగా మొహం పెట్టి కంగారుగా..

"అయ్యయ్యో.. నేనూ మర్చిపోయా... ఏదో సరదాగా మాట్లాడకు అన్నంత మాత్రాన, మరీ అంత సీరియస్ గా తీసుకోవాలా.!!? సరే.. పర్లేదు లే.. మా ఊరిలో దిగేసి.. నేను ఎవరైనా ఫ్రెండ్ బైక్ మీద నిన్ను తీసుకెళ్ళి దింపేస్తాను లే.." తన పొరపాటుకు ప్రయశ్చిత్తంగా చెప్పాడు..

"అమ్మో.. నేను రాను.. ఎవరైనా చూస్తే ఏం అనుకుంటారో.." అంది.. అదే భయం చూపిస్తూ..

"ఎవరూ చూడరులే.. మీ ఊరి దగ్గరలోకి వెళ్ళగానే ఆపేస్తా లే.. ఈ టైం లో ఒక్క దానివి మళ్ళీ ఎలా వెళ్తావ్.." అన్నాడు..

"సరే.." అంది చిరునవ్వుతో..

విజయ్ ఊరు రాగానే, ఇద్దరూ బస్ దిగారు. బస్ స్టాండ్ పక్కనే ఉన్న రమేష్ ఇంటికి వెళ్లి,

"ఒక సారి నీ బైక్ కీస్ ఇవ్వరా.." అనగానే, "ఇప్పుడే వచ్చావా సిటీ నుండి!?" అంటూ, కీస్ ఇచ్చేసాడు.

"అవును.. మళ్ళీ వచ్చి మాట్లాడతా" అంటూ, పరుగు లాంటి నడకతో వెళ్లి బైక్ స్టార్ట్ చేసాడు.

బయట, భయం భయంగా నిలుచున్న స్నేహ దగ్గరికి వెళ్లి, బైక్ ఆపాడు.. వెంటనే ఎక్కేసింది.. ఇద్దరి మధ్యలో తన బాగ్ పెట్టి, కూర్చుంది. 'అమ్మాయి అనిపించుకుంది', అనుకుంటూ నవ్వుకున్నాడు.. తను మాట్లాడకుండానే వెళ్తున్నా.., ఆ అల్లరి పిల్ల ఊరుకోదు కదా..

"నేను అబ్బాయిల బైక్ ఎక్కడం ఇదే మొదటి సారి."

"ఎవరైనా చూస్తే ఏం అనుకుంటారో.."

"మళ్ళీ కాలేజ్ కి వెళ్ళాక అందరికి చెప్తారా.."

"చెప్పరు లే.. మీ గ్రూప్ లో అందరి కన్నా, మీరే మంచి బాలుడి లాగా కనిపిస్తారు.. నేను చాలా రోజుల నుండి గమనిస్తున్నానులే.."

"మీరు మంచి వారే కదా.."

"మీ ఫ్యూచర్ ప్లాన్ ఏంటి!? నేనయితే, యూ.ఎస్ లో ఎం.ఎస్ చేయాలి అనుకుంటున్నా.."

"మీకు యూ.ఎస్ వెళ్లడం ఇష్టమా!? నేనైతే కొన్ని సంవత్సరాలు అక్కడ ఉండి రావాలి.. కుదిరితే అక్కడే ఉండిపోవాలి. చిన్న తనం నుండి నాది అదే కోరిక."

ప్రశ్నలు.. జవాబులు.. అన్ని తానే చెప్తూనే పోయింది..

తన మాటల ఝూడిలో తడుస్తూ.. చీకటిగా ఉన్న రోడ్ మీద, అప్పుడప్పుడు వచ్చే వాహనాల వెలుగు, శబ్దం తప్ప, నిశ్శబ్దంగా ఉన్న దారిలో, లేని ఆలోచనలు, ఆశలు కలిగించేలా వీస్తున్న చల్లటి గాలిలో, ఆకాశానికి అందం పెంచే లాగా ఉన్న పండు వెన్నెలలో, ఒక అందమైన లోకంలో వెళుతున్నాడు విజయ్..

ఒక స్పీడ్ బ్రేకర్ మీదుగా నిదానంగా జాగ్రత్తగా వెళ్లినప్పటికీ, తెలియకుండానే, స్నేహ, విజయ్ భుజం మీద తన చెయ్యి వేసింది. స్నేహ తన చేతిని విజయ్ భుజం మీదనే ఉంచి, తన కబుర్లు కొనసాగిస్తోంది. స్నేహ కనబరుస్తున్న చొరవ వల్ల, తను విజయ్ మీద నమ్మకం కలిగి ఉన్నది అనే ఆలోచనతో, విజయ్ ఇంకా బాధ్యతగా ఉండాలనుకుంటున్నాడు. మనసులో కలుగుతున్న గిలిగింతని, బుద్ధి అదుపు చేస్తుండగా, ఆ అలజడికి విజయ్ సంబరపడుతున్నాడు.

స్నేహ ఊరు చేరగానే, బైక్ ఆపేసాడు

"ఇక్కడి నుండి ఒక్క దానివే వెళ్లగలవా!?"

"వెళ్లగలను.. ఇల్లు పక్కనే.. మీరు జాగ్రత్తగా వెళ్ళండి సర్.." అంది

"సర్ అనకు.. విజయ్ అను.. చాలు.."

"అమ్మో.. సీనియర్ ని పేరు పెట్టి పిలవొచ్చా..!" చిలిపిగా చూస్తూ, చిరునవ్వుతో అంది.

"ఇక ఆపు.. వి ఆర్ ఫ్రెండ్స్.. నేనే చెప్తున్నా కదా.. కాల్ మీ విజయ్.."

"ఓ.. కే... విజయ్... సర్.." అంటూ నవ్వుకుంటూ వెళ్ళిపోయింది..

తాను మిగిలిచిన మధుర స్మృతులను తలుచుకుంటూ, ఆ కొత్త అనుభూతిని ఆస్వాదిస్తూ, విజయ్ తిరుగు ప్రయాణం అస్సలు అలసట తెలియకుండా సాగింది. ఆ రోజు వరకు ఒక నిర్ధిష్టమైన ప్లాన్ లేకపోయినా, ఆ రోజే నిర్ణయించుకున్నాడు, తాను యూ.ఎస్ లో ఎం.ఎస్ చేయాలి అని. స్నేహతో తన భవిష్యత్తు ముడి వేయడానికి ఉండే ఏ అవకాశాన్ని జారవిడుచుకోవద్దు అని ఆలోచిస్తూ, తిరిగి తన ఇంటికి చేరుకున్నాడు. ఇంటికి వచ్చిన సంతోషం కన్నా, మళ్ళీ కాలేజ్ కి ఎప్పుడు వెళ్తా, మళ్ళీ స్నేహని ఎప్పుడు చూస్తాను అనే ఆరాటమే ఎక్కువ ఉండేది.

****

"ఏంటి అన్నయ్యా.. ఈ మధ్య పరధ్యానంగా ఉంటున్నావు!?" తనలో మార్పుని గమనించి, అనుమానంగా అడిగింది సునిత.

"అబ్బే అదేం లేదు.." అన్నాడు ఏమీ లేదని నమ్మించే ప్రయత్నం చేస్తూ.

"ఏదో ఉంది లే.. ప్రతి సారి ఇంటికి వస్తే, మాతోనే ప్రతి నిమిషం గడిపే వాడివి. ఈ సారి ఒంటరిగా ఉంటున్నావు.. నీలో నువ్వు నవ్వుకుంటున్నావు.. చెప్పు చెప్పు.." అంది మళ్లీ.

"అవును అన్నయ్యా.. ఏదో మార్పు ఉంది నీలో.." వంత పాడింది వనిత.

"అదేం లేదు.. మా కాలేజ్ లో రాగింగ్ చేస్తున్నప్పుడి విషయాలు గుర్తు వచ్చి నవ్వుకున్నా." అన్నాడు తడబడుతూ.

"మీ కాలేజ్ లో రాగింగ్ చేస్తారా!?" ఆశ్చర్యంగా అడిగింది సునీత.

"ఏం జరిగింది చెప్పు" ఉత్సాహంగా అడిగింది వనిత.

స్నేహ సీనియర్స్ ముందు భయం నటిస్తూ ఉండడం, పాట పాడమని అడిగితే, స్నేహ పాడిన పాట, ఆ విధానం సరదాగా చెబుతుంటే, నవ్వుకున్నారు ముగ్గురు.

అంతలో అటు వచ్చిన శివయ్య గారు,

"మన సరదా ఎదుటి వారికి ఎప్పుడూ ఇబ్బంది కలిగించొద్దు విజయ్." అన్నాడు.

"అయ్యో.. అదేం లేదు నాన్న.. నేను జూనియర్స్ ని ఇబ్బంది పెట్టకుండా చేసుకోవడానికే ఉంటా.. అందరం సరదాగా ఉంటాం.. అంతే.." అన్నాడు సంఝాయిషీ ఇస్తూ.

"అంతా బాగానే ఉంది కానీ, శృతి మించకుండా చూసుకోండి." అంటూ శివయ్య గారు వెళ్ళిపోయాక,

"ఇంతకీ ఆ అమ్మాయిని మాకు ఎప్పుడు పరిచయం చేస్తావ్..!?" అనుమానంగా అడిగింది సునీత.

"టైం వస్తే చూద్దాంలే.." మాట దాటవేస్తూ అన్నాడు విజయ్.

****

రెండు రోజుల్లో స్నేహ నుండి విజయ్ కి మెసేజ్

"కాలేజ్ కి ఎప్పుడు వెళ్తున్నారు.. నన్నూ మీతో తీసుకెళ్తారా..!?" సమాధానం ఏం పెట్టాలా అని ఆలోచిస్తున్నంతలోనే మళ్ళీ,

"అంటే.., ఒకే బస్ లో వెళ్తే ప్రయాణం బోర్ కొట్టకుండా ఉంటుంది కదా.. అని..." అని పెట్టింది..

అది చూసిన విజయ్ ఆనందానికి అవధులు లేవు..

వెంటనే "సరే, రేపు ఉదయం 8గం.లకు స్టార్ట్ అవుతా.." అని సమాధానం పంపించాడు.

విజయ్ తన గురించి ఆలోచిస్తున్నట్టే, స్నేహ కూడా విజయ్ గురించి ఆలోచిస్తుంది అన్న ఆలోచన విజయ్ కి చాలా సంతోషంగా అనిపించింది.. తను ధైర్యం చేయలేక పోయాడు, కానీ స్నేహ చేసింది అని తలుచుకొని తలుచుకొని నవ్వుకున్నాడు.

ఆ రాత్రి చీకటి పడ్డప్పటి నుండి.. సూర్యోదయం కోసం ఎదురు చూస్తూ గడిపారు..

మరుసటి రోజు, పొద్దున్నే లేచి, చక చకా రెడీ అయ్యి,

"అమ్మా.. అమ్మా.." అంటూ వంట గదిలోకి వెళ్ళాడు విజయ్.

"ప్రతి సారీ కాలేజ్ కి వెళ్లే రోజు, ఆలస్యం అవుతుంది అని లేపితే కూడా లేవవు.. ఈ సారి ఏంటి రా.. ఇంత త్వరగా రెడీ అయ్యావ్.." ఆశ్చర్యంగా అడిగింది దుర్గమ్మ, స్టవ్ పక్కనే నిలబడి పూరీలు చేస్తూ.

తన తొందరతో అనవసరంగా అనుమానాలు కలిగిస్తున్నానా అని భయపడి,

"అదేం లేదమ్మా.. కాసేపు నీతో మాట్లాడదాం అని వచ్చా.. అంతే." అన్నాడు, తల్లి భుజం మీద చేయి వేస్తూ.

"ఇంతకీ.. నాన్న గారు ఎక్కడ.!?" అడిగాడు బయటకు చూస్తూ.

"పొద్దున్నే రంగన్న ఏదో సమస్య అంటూ వస్తే వెళ్లారు. ఆఫీస్ సమయానికి వచ్చేస్తారు అనుకుంటా." బదులిచ్చింది పూరీలు కాలుస్తూ.

"సరే కనీ, నాన్నని నాకొక ఐ ఫోన్ కొనిమ్మని చెప్పొచ్చు కదామ్మా.!" గారంగా అడిగాడు ఏదో ఒకటి మాట్లాడడానికి

"అయ్యో.. ఈ మధ్యే కదా నీకు కొత్త ఫోన్ కొనింది. అది ఏం అయింది" కంగారుగా అడిగింది.

"ఈ మధ్య ఏంటి.. ఆరు నెలలు అయింది. అది బాగానే ఉందిలే కానీ, మా ఫ్రెండ్స్ అందరూ కొత్త కొత్త మోడల్స్ తీసుకుంటున్నారు."

"ఒకటి పనిచేస్తున్నప్పుడు మళ్ళీ కొత్తది ఎందుకు రా." అర్థం కానట్టు అడిగింది దుర్గమ్మ ప్లేటులో పూరీ, కూర వేసి కొడుకు చేతికి అందిస్తూ

విజయ్, ప్లేట్ అందుకొని, అక్కడే గద్దె మీద కూర్చుంటూ, "అమ్మా.. ఈ కాలంలో, ఫోన్, ఇల్లు, కార్ అనేవి కేవలం అవసరాలకు కాదు. ఆడంబరాలకు.. అందరికీ గొప్పగా చూపించుకోవడానికి.. మన అంతస్తు తెలియ చేయడానికి." అన్నాడు, పూరీ నోట్లో పెట్టుకుంటూ.

అప్పుడే ఇంట్లోకి అడుగుపెట్టిన శివయ్య, తల్లీ కొడుకుల మాటలు విని, "ఆ భగవంతుడు మనకు అవసరానికన్నా ఎక్కువ సంపద ఇస్తే, మనం బ్రతికే స్థాయి కాదు పెంచాల్సింది, అవసరం ఉన్న వాళ్లకు 'ఇచ్చే' స్థాయి పెంచాలి. అంతస్తు అనేది మనం వాడే వస్తువుల్లో కాదు, సంపాదించుకున్న గౌరవంలో, పొందే అభిమానంలో కనిపించాలి." అన్నాడు

వెంటనే ఉలిక్కి పడి లేచిన విజయ్..

"అదేం లేదు నాన్న.. అమ్మతో ఊరికే సరదాగా ఏదో అంటున్నా.. అంతే.." అన్నాడు కంగారుగా. ఏదో అనుకోని మాటలు మొదలు పెడితే, ఏదో అయిందని అనుకుంటూ, ఇప్పటికే ఆలస్యం అయింది, స్నేహ ఎదురుచూస్తుంటుంది అనుకోని, తొందరగా తినేసి అందరికీ చెప్పేసి ఇంటి నుండి బయలుదేరాడు.

****

అలా అలా మొదలయిన స్నేహ విజయ్ ల అనుబంధం, కాలేజ్ కి వెళ్తే, మళ్ళీ ఇంటికి ఎప్పుడు అని.. ఇంటికి వస్తే, కాలేజ్ కి తిరిగి ఎప్పుడు అని.. ఆరాటం తో కొనసాగి, మంచి స్నేహితులుగా, కాలేజీలో దాదాపు అందరికి తెలిసి పోయే దిశకు చేరారు. కొన్ని నెలల్లోనే, వారిద్దరికీ ఒకరి మీద ఒకరికి పూర్తిగా నమ్మకం ఉంది అని, వారు పరస్పరం సహచర్యాన్ని, కోరుకుంటున్నారు అని అర్థం అయినా, ప్రేమ అనే పేరుని ముడివేయకుండా, ఒకరి కోసం ఒకరం అన్నట్టే మంచి స్నేహితులుగా ఏడాది కాలం గడిపారు. వారి ప్రతి ఆలోచన, ప్రతి విషయం పంచుకునేవారు, చర్చించుకునే వారు. వాళ్ల స్నేహితులందరు కూడా, వాళ్లిద్దరి అనుబంధాన్ని ఆమోదించి, వారికి సహకరించే వారు.

****

ఇంజనీరింగ్ పూర్తి చేసుకుంటుండగానే, అమెరికాలో ఎం.ఎస్. చేయాలి అనే తన ఆలోచన దిశగా, విజయ్ కి పరీక్షలో మంచి మార్కులు వచ్చాయి అనే ఆనందాన్ని స్నేహతో పంచుకొని, కాసేపు సరదాగా మాట్లాడుకోవడానికి ఇద్దరూ కాలేజ్ దగ్గర్లోని ఒక ఐస్ క్రీమ్ షాప్ కి వెళ్లారు.

"అయితే, నన్ను వదిలేసి అమెరికా వెళ్లిపోతారన్న మాట.." అంది స్నేహ.

"నీకు రెండు ఆప్షన్స్ ఉన్నాయి.. నువ్వు కూడా సీట్ తెచ్చుకొని అమెరికా వచ్చేస్తే, నీ కోరిక ప్రకారం అక్కడే కొంత కాలం ఉండి, భవిష్యత్తు ప్లాన్ చేసుకుందాం.. లేదంటే, నేను రెండు సంవత్సరాలలో తిరిగి వస్తా, అంత వరకు నాకోసం ఎదురు చూస్తూ గడిపెయ్యి" భుజాలు ఎగరవేస్తూ చెప్పాడు విజయ్.

దానికి స్నేహ చిలిపిగా చూస్తూ, పెదవులపై ఒక కొంటె నవ్వుతో, బొమ్మలు ఎగిరేస్తూ "ఎందుకు ఎదురు చూడాలి..?" అడిగింది స్నేహ. అందరు అమ్మాయిలలాగానే, విజయ్ నోటి నుండి ప్రేమ అనే మాట వినడానికి అని అర్ధం అయింది విజయ్ కి.

"నన్ను తప్పించుకొని నిన్ను వెళ్ళనివ్వను కాబట్టి.. " అన్నాడు..

"నాకూ వెళ్లాలని లేదు లే.." అంది మెల్లిగా.

వినిపించనట్టు,

"ఏం అన్నావ్..!?" అని అడిగాడు..

"ఏం లేదు లే.. లేట్ అవుతుంది వెల్దామా..!?" అంటూ లేచింది..

విజయ్ తన జేబులో నుండి ఒక డైరీ మిల్క్ చాక్లెట్ తీసి,

"స్నేహ.. నాకు నువ్వంటే చాలా ఇష్టం. నీకు కూడా నా మీద ప్రేమ ఉంటే ఈ డైరీ మిల్క్ తీసుకో.." అన్నాడు తన కళ్ళల్లోకి ప్రేమగా చూస్తూ.

వెంటనే ఆ చాక్లెట్ విజయ్ చేతి నుండి తీసుకొని, "చాక్లెట్ తీసుకోవడానికి, చాక్లెట్ మీద ప్రేమ ఉంటే చాలు" అంది చిలిపిగా నవ్వుతూ.. విజయ్ కోపంగా చూడగానే అందంగా కన్నుకొట్టి, చాక్లెట్ ఓపెన్ చేస్తూ, బైక్ దగ్గరికి నడవబోయింది. వెంటనే విజయ్ స్నేహ చెయ్యి పట్టుకొని,

"ఈ జీవితం అంతా నీ చెయ్యి పట్టుకునే అవకాశం ఇస్తావా!?" అన్నాడు.

"ఇదిగో.. ఇచ్చేసాను కదా.." అంది స్నేహ విజయ్ చేతిని గట్టిగా పట్టుకుంటూ.

విజయ్ స్నేహ కళ్ళల్లో కళ్ళు పెట్టి చూస్తూ, స్నేహ చేతిని తన పెదవుల వద్దకు తీసుకెళ్లి చిన్నగా ముద్దు పెట్టాడు..

స్నేహ తన్మయత్వంలో ఒక్క క్షణం కళ్ళు మూసుకుని, వెంటనే కోలుకుని, విజయ్ చేతిని దగ్గరగా పట్టుకొని ముందుకు నడిచింది.

తన అదృష్టానికి తానే ఆశ్చర్యపోతూ, స్నేహ తో కలిసి బైక్ వైపు నడిచాడు విజయ్. 'ఇక ఈ దూరం ఎక్కువ రోజులు కొనసాగించలేను. తొందరగా జీవితంలో స్థిరపడి, స్నేహ నాన్న గారితోనే స్వయంగా మాట్లాడి, తనని పెళ్లి చేసేసుకోవాలి' అనే ఆలోచనతో బైక్ స్టార్ట్ చేసాడు.. సరదాగా కబుర్లు చెప్పుకుంటూ రోడ్ మీద వెళ్తున్నారు. స్నేహ విజయ్ భుజం మీద చెయ్యి వేసి, తన చెవి దగ్గర మాట్లాడుతుంటే, తన మాటల్లో మైమరచిపోయి వెళ్తున్నాడు.

'ఎంత ధైర్యం మీకు నా చేతి మీద ముద్దు పెట్టడానికి!?' అంది కోపం నటిస్తూ.

'సంతోషించు, చుట్టూ అందరూ ఉన్నారు, ఎవరైనా చేస్తారేమో అని చేతి మీద పెట్టాను. ఎవరూ లేకపోతే ఇంకా ఎక్కడ పెట్టే వాడినో!' అన్నాడు అల్లరిగా.

'ఎక్కడ పెట్టే వాడివి!? అమ్మో నాకు భయం వేస్తుంది..' అంది స్నేహ విజయ్ ని ఆటపట్టిస్తూ..

ఇద్దరూ నవ్వుకుంటూ సరదాగా వెళ్తున్నారు.

ఆ సాయం సమయం, ఆకాశంలో పక్షులు తమ గూడు చేరే తొందరలో ఉన్నాయి. ఎండ తాపం పూర్తిగా తగ్గడంతో, ప్రకృతి చాలా ఆహ్లాదకరంగా ఉండి,

పిల్లలు రోడ్డుపై ఆడుకుంటున్నారు. అప్పుడే చల్లబడుతూ వీస్తున్న గాలిలో, స్నేహ విజయ్ సంతోషంగా బైక్ మీద వెళుతుండగా, ఒక్క సారిగా, టైర్ కిందకి ఒక బాల్ రావడంతో, బైక్ హ్యాండిల్ పక్కకు తిప్పవలసి వచ్చింది. క్షణాల్లో బ్రేక వేసాడు. వెంటనే పెద్ద శబ్దం.. విజయ్ కళ్ళ ముందు చీకట్లు కమ్ముకున్నాయి. ఏం జరిగిందో కూడా అర్థం కాలేదు.. తను కళ్ళు తెరిచి చూసే సరికి, కింద రోడ్ మీద పడి ఉన్నాడు. 'స్నేహ..' 'స్నేహ ఎక్కడ ఉంది' అని కంగారుగా చుట్టు పక్కల చూసాడు.. కొద్ది దూరం లోనే తను పడిపోయి ఉంది. అప్పుడే అక్కడికి కొందరు పరుగున వస్తున్నారు. వెంటనే లేచే ప్రయత్నం చేసాడు. కాలుకి, చేతికి పెద్దగానే దెబ్బలు తగిలాయి. అయినా, కష్టపడి స్నేహ దగ్గరికి వెళ్లాడు. స్నేహ తలకి దెబ్బ తగిలి ఉంది.

స్పృహలో లేదు. స్నేహ పక్కన కూర్చొని, స్నేహ తలని తన ఒళ్ళో పెట్టుకొని, 'స్నేహ. స్నేహ..' అని కంగారుగా పిలిచాడు..

పక్కనే ఒక ఆవిడ మంచి నీళ్ళు ఇస్తే, కొన్ని చుక్కలు స్నేహ మొహం మీద చల్లాడు.. మెల్లిగా రెప్పలు కదిలించి.. నెమ్మదిగా కళ్ళు తెరిచింది. విజయ్ కి పునర్జన్మ కలిగినట్టు అనిపించింది.

'స్నేహా.. ఎలా ఉన్నావ్..' అన్నాడు కంగారుగా..

తాను మాట్లాడలేక పోతుంది. అయినా కళ్ళతోనే, బాగానే ఉన్నా అని సైగ చేసింది.

చుట్టూ ఉన్న వాళ్ళు అంబులెన్స్ కి ఫోన్ చేస్తున్నారు. అంబులెన్స్ అవసరం లేదు పైగా ఆలస్యం అవ్వొచ్చు అనిపించి, ఒక ఆటో దొరికితే చూద్దాం అని, లేవబోయాడు విజయ్.. స్నేహ ఒక్క సారిగా తన చెయ్యి గట్టిగా పట్టుకుంది. 'నన్ను వదిలి వెళ్లిపోకు..' అంది.. కళ్ళ నిండా ప్రేమతో.. ఒక్క సారిగా విజయ్ గుండె ఆగినట్టుగా అనిపించింది.

అదుపు తప్పి కారుతున్న కన్నీటిని తుడుచుకుంటూ.. 'ఎప్పటికీ వెళ్ళను..' అని చెప్పాడు తన చేతిని గట్టిగా పట్టుకుంటూ..

ఏదైనా ఆటో ఆపండి అని అక్కడ ఉన్న వాళ్ళను అడిగాడు. అటుగా ఒక ఖాళీ ఆటో వెళ్తుండగా, అక్కడ ఉన్న జనంలో ఎవరో దాన్ని ఆపారు. మెల్లిగా విజయ్ స్నేహని లేపాడు. ఇద్దరూ అందులో కూర్చున్నారు. పక్కనే ఉన్న హాస్పిటల్ కి తీసుకు వెళ్ళమన్నాడు. స్నేహ తల నుండి రక్తం కారుతుంది. అంత వరకు విజయ్ ఎప్పుడు అంత రక్తం చూసింది లేదు. అదే వేగంతో విజయ్ కంటి నుండి నీరు కారుతుంది. 'త్వరగా తీసుకెళ్లండి ప్లీస్..' అన్నాడు, డ్రైవర్ ని ఉద్దేశించి. వెంటనే వాళ్ళ స్నేహితులకు ఫోన్ చేసి జరిగింది చెప్పి, వెంటనే హాస్పిటల్ కి రమ్మని చెప్పాడు.

స్నేహ వాలిపోతున్న రెప్పలను ఆపుకుంటు, విజయ్ నే చూస్తుంది.

'ఏం అవ్వదు స్నేహ.. భయపడకు.. బీ స్ట్రాంగ్.. నేను చూసుకుంటా..' అన్నాడు.. ధైర్యం చెబుతూ..

'నువ్వు కంగారు పడకు.. నాకు ఏమీ అవ్వదు.. అయినా.. నిన్ను ఇంత ఈసీ గా వదిలేయనులే.. ' అంది బలవంతంగా నవ్వు తెచ్చుకుంటూ..

'ఐ ఆమ్ సారీ స్నేహ.. నా వల్లనే ఇదంతా..' అన్నాడు. ఎక్కి ఎక్కి ఏడుస్తూ..

'అలా అనకు.. నీ తప్పేం లేదు.. నా మాటలతో మైమరచిపోయావు..' అంది మళ్ళీ బలవంతంగా నవ్వుతూ..

'ఇప్పుడు కూడా నీ అల్లరి ఆపవా.!!' అన్నాడు

'నేను చనిపోతే కూడా, దయ్యం అయ్యి నీ వెంటే తిరుగుతా..' అంది

వెంటనే స్నేహ పెదవులకు చెయ్యి అడ్డు పెడుతూ, 'అలా మాట్లాడకు ప్లీస్.. నీకు ఏమీ అవ్వదు..' అన్నాడు ఏడుపుని అదుపు చేసుకుంటూ.

'అవ్వొద్దు విజయ్. నాకు నీతో బ్రతకాలని ఉంది. చాలా కాలం. నిన్ను నేనే ఏడిపించాలి. మళ్ళీ నేనే బుజ్జగించాలి. మన పిల్లలతో ఆడుకోవాలి, ముసలి దాన్ని అయ్యాక కూడా నీకు కబుర్లు చెబుతూ ఉండాలి, అన్నీ నీతో షేర్ చేసుకోవాలి. ఐ వాంట్ టు బీ యువర్ లవ్..' అంది..

'అవన్నీ జరుగుతాయి స్నేహ.. తప్పకుండా జరుగుతాయి.. మనం ఇద్దరం సంతోషంగా బ్రతుకుదాం.. మనము లైఫ్ లాంగ్ హ్యాపీ గా ఉంటాం.' అన్నాడు ఆవేదనతో.

'ఆ ఆశతోనే బ్రతికేస్తా.. ఐ లవ్ యూ విజయ్. ' అంది

'ఐ లవ్ యూ స్నేహ.. ఫర్ ఎవర్ అండ్ ఎవర్..' అన్నాడు.. ఉబికి వస్తున్న ఉద్వేగాన్ని ఆపుకుంటూ.. తన నుదుటి మీద ఒక ముద్దు పెడుతూ..

ఆ క్షణం స్నేహ కళ్ళల్లోని మెరుపు విజయ్ ఎప్పటికీ మరిచిపోలేనిది. హాస్పిటల్ రీచ్ అయ్యే సరికి స్నేహితులు సిద్ధంగా ఉన్నారు.

వెంటనే స్ట్రెచర్ మీద స్నేహని లోపలికి తీసుకెళ్లారు. విజయ్ తన గాయాలకు చికిత్స కోసం కూడా వెళ్లకుండా, బయట నుండి స్నేహనే చూస్తూ ఉన్నాడు.

' తలకు దెబ్బ తగిలి, రక్తం చాలా పోయింది.. ప్రాణాపాయం అయితే ఏమీ లేదు. కొన్ని రోజుల్లో కోలుకుంటుంది.' అన్న డాక్టర్ మాటలు విన్నాక గాని, మళ్ళీ విజయ్ ఊపిరి పీల్చుకోలేదు, తన గాయాల గురించి ఆలోచించలేదు.

హాస్పిటల్ లో గడిపిన ఐదు రోజులు గంట గంటకి స్నేహ బాగోగులు చూస్తూ గడిపాడు. తన వల్లే స్నేహకు ఈ దెబ్బలు అనే ఆలోచన విజయ్ ని బాధించేది. ఆ బాధ విజయ్ కి ఉండకూడదని, స్నేహ ఎప్పుడూ తనకు ఏ ఇబ్బందీ లేదు అనే చెప్పేది. ఆక్సిడెంట్ జరిగిన రోజుతో ఇద్దరి ఇళ్లల్లో దాదాపుగా విషయం అర్ధం అయినా, వద్దు అనడానికి పెద్దగా కారణం లేకపోవడంతో, పిల్లలు చెప్పే రోజు కోసం ఎదురు చూస్తున్నారు. తన కాళ్ళ మీద తాను నిలబడే రోజు కోసం విజయ్ ఎదురు చూస్తున్నాడు. మొత్తానికి, అయిదు రోజులకు క్షేమంగా డిశ్చార్జ్ అయ్యి, ఇద్దరూ ఇంటికి వెళ్ళారు.

****

డిశ్చార్జ్ అయిన మరుసటి రోజు విజయ్ స్నేహని వాళ్ళ ఊరి దగ్గరి గుడికి రమ్మన్నాడు. క్షేమంగా ఇద్దరినీ ఇల్లు చేర్చినందుకు భగవంతుడికి ధన్యవాదాలు చెప్పి, స్నేహ ఆయురారోగ్యాల కోసం పూజ చేసిన తరువాత, బయటకు నడుస్తూ,

"ఏంటి విజయ్, సడన్ గా గుడికి రమ్మన్నావ్.!?" అడిగింది స్నేహ.

"ఈ రోజు చాలా మంచి రోజు అట." చెప్పాడు విజయ్.

"అయితే, ఇవాళే నన్ను పెళ్లి చేసుకుంటావా ఏంటి!?" సరదాగా అడిగింది స్నేహ.

"నువ్వు ఒప్పుకుంటే, నేను రెడీ." అన్నాడు విజయ్

"నేను ఎప్పుడో ఒప్పుకున్నా కదా." ఉత్సాహంగా చెప్పింది స్నేహ.

వెంటనే, స్నేహ చెయ్యి పట్టుకొని, మళ్ళీ గర్భ గుడి దగ్గరకు తీసుకు వెళ్లి, ఆ దైవ సన్నిధిలో, కుంకుమ తీసుకొని, విజయ్ స్నేహ నుదుటిన బొట్టు పెట్టాడు. 'ప్రపంచం కోసం అందరిలో మళ్ళీ పెళ్లి చేసుకుందాం.. కానీ, నా మనస్సాక్షితో, ఈ క్షణం నుండి నేను నిన్ను నా భార్యగా స్వీకరిస్తున్నాను. ధర్మార్థ కామములలో ఏ నాడు నీ తోడుని నేను వీడి పోను.' అని మనస్ఫూర్తిగా ప్రమాణం చేసాడు. వెంటనే కంటినిండా ఆనంద భాష్పాలతో, స్నేహ విజయ్ ని హత్తుకుంది. జీవితంలో మరిచిపోలేని రోజు ఇది అని ఇద్దరూ ఎంతో సంతోషంగా ఉన్నారు.

కాసేపు అక్కడే కూర్చొని కబుర్లు చెప్పుకున్నారు. ఇద్దరూ అమెరికా లో ఎం.ఎస్ చేసి, కొంత కాలం ఉండి, తిరిగి ఇండియా కి రావాలి అని ఎన్నో ఆశలతో, తమ భవిష్యత్తు ని ఊహించుకున్నారు. ఆ రోజు తమ జీవితంలో ఒక మరపురాని రోజుగా నిలిచిపోతుంది అనుకున్నారు. కానీ ఆ సంతోషం ఎంతో సమయం నిలవబోదని, అదే రోజు తమ జీవితాన్ని అంధకారంలోకి తోసేసే అత్యంత బాధాకరమైన రోజుగా మారుతుందని వాళ్ళు అప్పుడు ఊహించలేదు.

****

గుడి నుండి బయలు దేరి, స్నేహ ని వాళ్ళ ఇంటి దగ్గర దింపి, ఆ రోజు మిగిల్చిన మధుర జ్ఞాపకాలను నెమరువేసుకుంటూ, పరధ్యానంగా వెళ్తున్న విజయ్, ఫోన్ రావడంతో, ఒక్క సారిగా ఈ లోకంలోకి వచ్చి, బండి పక్కకు ఆపాడు.

'విజయ్.. ఎక్కడ ఉన్నావ్..!?' బాబాయ్ గొంతు

'ఇంటికే వస్తున్నా బాబాయ్..'

'నాన్నకు ఆక్సిడెంట్ అయింది. వెంటనే ప్రతిమా హాస్పిటల్ కి వచ్చేయి' తనకు వినిపించిన బాబాయ్ మాట అబద్ధం అయితే బాగుండును అనే ఆశతో మళ్ళీ అడిగాడు..'ఏంటి బాబాయ్.!?' అని

'డైరెక్టుగా ప్రతిమా హాస్పిటల్ కి రా రా..' అన్నాడు.

అయ్యో.. నాన్నకు ఆక్సిడెంట్ ఆ.. పాపం., ఏం దెబ్బలు తగిలాయో ఏమో.. అనుకుంటూ.. భయం భయంగా హాస్పిటల్ వైపు వెళ్ళాడు.

ఎదురుగానే బాబాయ్ తో సహ్, తెలిసిన వాళ్ళు ఒక పది మంది వరకు ఉన్నారు, 'సిటీలో ఆక్సిడెంట్ అయితే, ఒక్కరూ పట్టించుకోరు, ఊర్లో అయితే ఎంత బాగా ఒకరికి ఒకరు తోడుగా ఉంటారో' అనుకుంటూ, బాబాయ్ దగ్గరికి వెళ్ళాడు.

'ఏం జరిగింది బాబాయ్..!? ఇందరు ఉన్నారేంటి!?' అనుమానంగా అడిగాడు.

బాబాయ్ ఏడుస్తున్నాడు.. విజయ్ కి కంగారు ఎక్కువ అయింది.. భయం వేస్తుంది. ఏం చెబుతారు అనేది ఊహించలేక పోతున్నాడు.

'చెప్పు బాబాయ్.. మన ఊరి వాళ్ళు ఇందరు ఉన్నారు ఏంటి!!? ఏమైనా గొడవ అయిందా. లేక, చాలా మందికి ఆక్సిడెంట్ అయిందా. అసలు ఏం జరిగింది. ఎలా జరిగింది.!?' ఒకింత అసహనంతో గట్టిగానే అడిగాడు.

'నాన్న టౌన్ నుండి ఇంటికి బండి మీద వస్తుండగా, మన ఊరి బ్రిడ్జి మీద ఉండగా, ఎదురుగా బస్ వస్తుందట, పక్కన నుండి ఆటో వస్తుందట.. ఆటో వాడు స్పీడ్ మీద ఓవర్ టేక్ చేసే ప్రయత్నంలో బండి మీదికి వచ్చాడట. నాన్నకు తప్పించుకునే అవకాశం కూడా లేకుండా ఉండేనట..' మాట రావట్లేదు బాబాయికి.

'అయ్యో. నాన్నకు దెబ్బలు బాగా తగిలాయా.!?' గుండె వేగం పెరుగుతుండగా, కంగారుగా అడిగాడు.

'బ్రతికే అవకాశాలు తక్కువ అంటున్నారు రా...' బోరున ఏడుస్తున్నాడు బాబాయ్..

విజయ్ కి గుండె ఒక్క సారిగా ఆగిపోయినట్టు అనిపించింది.. తన నోటి నుండి ఒక నిమిషం మాట రాలేదు. వెంటనే కోలుకుని,

'ఏదైనా పెద్ద హాస్పిటల్ కి తీసుకెళ్దాం బాబాయ్.' అన్నాడు ఆశగా.

'తీసుకెళ్లే అంత టైం మీ నాన్న ఇవ్వాలి కదరా..' అన్నాడు. ఆ మాటకు అర్థం కూడా అర్థం కావట్లేదు. అసలు అది కలనా, నిజమా తెలియట్లేదు. కల అయితే బాగుండు అనిపిస్తుంది. మెదడు అంతా మొద్దు బారినట్టు అనిపిస్తుంది. ఇప్పుడు తను ఏమి చేయాలి. మరుక్షణం విజయ్ కి అమ్మ గుర్తు వచ్చింది. అమ్మ, చెల్లెల్లు, ఎక్కడ ఉన్నారో. ఎలా ఉన్నారో!!? అనుకుంటూ, నిశ్చేష్టుడిగా నిలిచిపోయిన తాను, అదే ప్రశ్న అడగాలనుకునే లోపే, ఎమర్జెన్సీ గది నుండి డాక్టర్ బయటకు వచ్చాడు.

'మా ప్రయత్నం మేము చేసాము. కానీ కాపాడలేక పోయాము. చాలా దెబ్బలు తగిలాయి, రక్తం చాలా పోయింది' డాక్టర్ చెప్పేది ఏదీ విజయ్ కి అర్థం కావట్లేదు. వినిపించట్లేదు కూడా. ఆ మాటను విన్న చెవులు, దాన్ని మెదడు వరకు చేర్చడానికి నిరాకరిస్తున్నాయి. మెదడు అర్థం చేసుకునే స్థితిలో లేదు. మనసు అంగీకరించడానికి సిద్ధంగా లేదు.

అక్కడ నాన్న కోసం అభిమానంతో వచ్చిన వాళ్ళు అందరూ, వెంటనే 'శివయ్య గారూ..' అంటూ, బోరున ఏడుపు మొదలు పెట్టారు. బాబాయ్ విజయ్ ని పట్టుకొని కుప్పకూలి నట్టు ఏడుస్తున్నాడు. కానీ విజయ్ ఒక షాక్ లో ఉన్నాడు.

అసలు ఏడుపు రావట్లేదు. నాన్న లేని జీవితానికి అర్థం ఏంటో, దాని పర్యవసానం ఏంటో, అసలు తనకు ఏమీ అర్థం అవ్వట్లేదు. తన ఊహకు కూడా అందని విషయంలా ఉంది.

అంతలో పక్కింటి అంకుల్, వచ్చి, 'అంబులెన్స్ మాట్లాడమంటావా విజయ్!?' అన్నారు

ఒకరు వచ్చి, 'డెత్ సర్టిఫికెట్ తీసుకోవడానికి సైన్ చెయ్యి' అంటున్నారు, ఒకరు నాన్న బట్టలు, వాచ్, పెన్, తెచ్చి ఇస్తున్నారు. అంబులెన్స్ కి అయ్యే డబ్బులు చెప్తున్నారు. అవన్నీ చూస్తుంటే ఒక్క సారిగా, తను బాధ్యత తీసుకోవలసిన స్థానానికి వచ్చినట్టు అర్థం అవుతుంది విజయ్ కి. నాన్న లేని జీవితం గురించి ఎప్పుడూ ఊహించనైనా లేదు. అలాంటిది ఆ రోజు ఇంత సడన్ గా, ఇంత త్వరగా వస్తుంది అనుకోలేదు.

నాన్నను తీసుకొని ఇంటికి వెళ్లే సరికి, ఇంటి దగ్గర అప్పటికే చాలా మంది వచ్చి ఉన్నారు. వాళ్ళ అమ్మ విజయ్ ని చూడగానే ఒక్క సారిగా, దుఖ్ఖం కట్టలు తెంచుకున్నట్టు ఏడవ సాగింది. కానీ విజయ్ పూర్తిగా బండ లాగా బిగుసుకు పోయి ఉన్నాడు. తన కంటి నుండి చుక్క నీరు రాలేదు. గుండెలవిసేలాగా అమ్మ, చెల్లెల్లు, ఏడుస్తుంటే ఆపడం ఎవరి వల్లా అవ్వలేదు. నిమిషాల్లో శివయ్య గారి మరణ వార్త చుట్టుపక్కల ఊర్లకు వ్యాపించింది. వందల, వేల సంఖ్యలో ప్రజలు శివయ్య గారిని ఆఖరి చూపు చూడడానికి వచ్చారు. విజయ్ కి అందరూ ధైర్యం చెబుతూ, దుర్గమ్మని, కూతుర్లను ఓదారుస్తూ ఉన్నారు. ఇసుక వేస్తే రాలని జనసంద్రంతో, శివయ్య గారి అంతిమ యాత్ర సాగింది. ఆ ఊరిలో ఒక్క ఇంట్లో కూడా ఆ రోజు పొయ్యి వెలగలేదు. ఆ ప్రజలను చూస్తూ విజయ్ ఎంతో ఆశ్చర్యపోయాడు. ఇంత మంది అభిమానాన్ని పొందిన నాన్న ఎంత గొప్ప వ్యక్తి అని ఆలోచిస్తూ ఆ తండ్రికి కొడుకు అయినందుకు గర్వపడ్డాడు.

****

విజయ్ కి ఆ షాక్ నుండి కోలుకోవడానికి వారం పైనే పట్టింది. ఇంట్లో కార్యక్రమాలు, నాన్న గారి అభిమానులు, వచ్చి పోయే బంధువులు, చేయవలసిన పూజలు, వాటితోనే గడిచిపోయింది. ఒకొక్కరూ వచ్చి, శివయ్య గారు చేసిన సహాయాలు, మంచి పనులు చెబుతుంటే, విజయ్ కుటుంబానికి ధైర్యం చెబుతూ, ఓదారుస్తుంటే, వాళ్ళ నాన్న గారి గొప్పతనం, తాను సాధించిన, పేరు ప్రతిష్టలు తెలిసి, తన కొడుకుగా తనకు ఇప్పుడు ఎన్నో బాధ్యతలు పెరిగినట్టు తెలుస్తుంది విజయ్ కి.

****

శివయ్య గారు వారిని విడిచి పోయిన పన్నెండు రోజులకు ఒక నలుగురు పెద్ద వాళ్ళు ఇంటికి వచ్చి విజయ్ ని కలిశారు. విజయ్ వాళ్ళ అమ్మ, చెల్లెల్లు, అందరూ అక్కడే ఉన్నారు.

అందులో ఒక పెద్దాయన,

'బాబు, మేము 'సుకృత' ట్రస్ట్ నుండి వచ్చాము. మా ట్రస్ట్ లో దాదాపు తొంభై మంది వృద్ధులము ఉన్నాము. అందరం యాభై ఏళ్ళ పై బడిన వాళ్ళమే. మాలో

పిల్లలు పట్టించుకోని వారు, పిల్లలు లేని వారు, కొందరు గతం మరిచిపోయిన వారు, ఇలా రకరకాల వాళ్ళు ఉన్నారు. అందరం ఒకరి బాగోగులు ఒకరం చూసుకుంటూ, కష్టసుఖాలు పంచుకుంటూ, సంతోషంగానే బ్రతుకుతున్నాం. గత పన్నెండు సంవత్సరాల నుండి మా ట్రస్ట్ మంచి చెడులు అన్నీ శివయ్య గారే చూసుకుంటున్నారు. ఎప్పుడు ఏ సమస్య వచ్చినా, క్షణాల్లో వచ్చి మాకు ధైర్యంగా ఉండే వారు. ఆ దేవుడు ఇక లేడు అని తెలిసి అందరూ చాలా బాధ పడుతున్నారు. ఇక మీద మా ట్రస్ట్ పరిస్థితి ఏంటి అనేది అగమ్యగోచరంగా ఉంది. కానీ ఇప్పుడు ఏమి చేయగలము.! ఒక సారి మీరు వస్తే, అందరూ మిమ్మల్ని కలవాలని ఆశ పడుతున్నారు. వీలు చూసుకొని ఒక సారి రండి' అని, కన్నీళ్లు తుడుచుకుంటూ, విసిటింగ్ కార్డ్ ఇచ్చి వెళ్లారు.

వాళ్ళు వెళ్లిన వెంటనే విజయ్ తన తల్లిని అడిగాడు, 'నాన్న గారు ఇందరికి భరోసాగా ఉండే వారా. ఎప్పుడూ మాకు ఈ విషయాలు ఏమీ చెప్పనేలేదు.!?' అన్నాడు ఆశ్చర్యంగా.

'అవును విజయ్. మీకు చెప్పే అవసరం, అవకాశం కలగలేదు. మీ నాన్న ఎందరి జీవితాలలోనో వెలుగు నింపారు. ఒక్క సారిగా ఇలా అందరిని అనాధలను చేసి వెళ్ళిపోతారు అని ఎప్పుడూ అనుకోలేదు.' అంది.

'పాపం అమ్మా, ఆ వయసులో, ఆ ట్రస్ట్ లో ఉంటున్న వాళ్ళ కష్టం చూస్తుంటే బాధ అనిపిస్తుంది.' అన్నాడు.

'వాళ్ళ బాధ తగ్గించాలి అంటే, మీ నాన్న గారు లేని లోటును నువ్వు భర్తీ చేయాలి. కానీ నీ భవిష్యత్తు ఆలోచనలు వేరే ఉన్నాయి. నువ్వు అమెరికా వెళ్ళాలి అనుకుంటున్నావు అనే విషయం తెలియగానే మీ నాన్న గారు కూడా బాధ పడ్డారు. కానీ, నీ ఆశని కాదనకూడదని వదిలేశారు.' అంది నిరుత్సాహంగా.

ఆ మాటలతో విజయ్ తను స్వార్ధంగా తన దారి తాను చూసుకోవడం సమంజసం కాదేమో అనే ఆలోచనలో పడ్డాడు.

****

వారం తరువాత ఒక రోజు, విజయ్ సుకృత ట్రస్ట్ కి వెళ్ళాడు. తనని చూడగానే అక్కడి వృద్ధులు అందరూ ఆప్యాయంగా పలకరించి, కంట తడి పెట్టుకోవడం చూసి, శివయ్య గారు వాళ్ళ మనసుల్లో వేసుకున్న మాసిపోని ముద్ర అర్థం అయింది. భోజనాల గదిలో, శివయ్య గారిది ఒక పెద్ద ఫోటో పెట్టి, ప్రతి పూట తినే ముందు అందరూ తనను స్మరించుకొని తింటారని చూసి, విజయ్ మనసు గర్వంతో ఉప్పొంగిపోయింది. నాన్న గారు ఇందరి జీవితాలలో చెరగని ముద్రని వేశారని తెలుసుకొని ఎంతో గర్వంగా అనిపించింది. ఆ రోజే నిర్ణయించుకున్నాడు, అకస్మాత్తుగా వచ్చిన మృత్యువు తనను శారీరికంగా అందరికీ దూరం చేయగలదేమో కానీ, తన జ్ఞాపకాలను, తాను ఇచ్చిన నమ్మకాన్ని వాళ్లకు దూరం చేయలేదు అని. ఇక నుండి ఆ ట్రస్ట్ బాధ్యత తానే తీసుకోవాలని నిర్ణయించుకున్నడు.

****

ఆ నెల రోజుల్లో స్నేహ, విజయ్ ఇంటికి రెండు సార్లు వచ్చింది. కానీ విజయ్ తనకు సమయం కేటాయించలేక పోయాడు. అమ్మ, చెల్లెళ్లతో మాట్లాడి, కాసేపు

ఉండి వెళ్ళిపోయింది. అది తెలిసిన విజయ్, ఒక రోజు, వీలు చూసుకొని, స్నేహని కలవడానికి వాళ్ళ ఇంటికి వెళ్ళాడు. కానీ ఆ సమయంలో స్నేహ ఇంట్లో లేదు.

'మీ నాన్న గారి సంగతి తెలిసి చాలా బాధ పడ్డాం విజయ్' అంది స్నేహ తల్లి.

'సడన్ ఆక్సిడెంట్ ఆంటీ.. మేము ఇంకా ఆ విషయం జీర్ణించుకోలేక పోతున్నాం' బాధగా అన్నాడు విజయ్.

'చాలా గొప్ప వ్యక్తి అట..' అంది.

కాసేపు నిశ్శబ్దం తరవాత,

' అయితే, నువ్వు మీ నాన్న గారి సంవత్సరికం అయ్యే వరకు అమెరికా వెళ్లడం వాయిదా వేస్తావా!?' అంది అనుమానంగా

విజయ్ కి సమాధానం ఏమి చెప్పాలో తెలియడం లేదు.

'తప్పుగా అనుకోకు విజయ్, స్నేహ కి చిన్న నాటి నుండి అమెరికా వెళ్ళాలి అని చాలా ఆశ. నీ వీసా పని అవుతుంది అని తెలిసి మేమూ సంతోషించాం. ఇప్పుడు పరిస్థితులకు తల ఒడ్డి, నువ్వు వెళ్లలేను అంటే, పాపం, దాని ఆశ, జీవితం మొత్తం నిరుత్సాహంలో గడిచిపోతుంది. ఒక తల్లిగా నా ఆవేదన అర్థం చేసుకుంటావ్ అని ఆశిస్తున్నా. ' అంది

స్నేహ తల్లి మాటలకు తాను ఏమి చెప్పాలో విజయ్ కి కాసేపు అర్థం కాలేదు. 'మీ బాధ అర్థం అవుతుంది ఆంటీ. కానీ నాకే ఏమి చేయాలో అర్థం కావట్లేదు.' అన్నాడు

'గడిచిన జీవితం కన్నా, గడవవలసింది ఎక్కువ ఉంది విజయ్. బాగా ఆలోచించి నిర్ణయం తీసుకో' అంది.

విజయ్ కాసేపు దీర్ఘ ఆలోచనలో ఉండి,

'నేను వచ్చినట్టు స్నేహకి చెప్పకండి ఆంటీ.' అని చెప్పి లేచాడు.

'అదేంటి బాబు.. ఎందుకు అలా..!?' ఆశ్చర్యంగా అడిగింది.

'గడిచిన కాలం కన్నా గడవవలసింది ఎక్కువ ఉంది ఆంటీ.. స్నేహని జాగ్రత్తగా చూసుకోండి.!' అని తన నిర్ణయాన్ని చెప్పి నిర్వీర్యంగా, ఒక్కో అడుగును బలవంతంగా వేస్తూ, నడుచుకుంటూ వెళ్ళిపోయాడు.

అమ్మ, చెల్లెళ్లను ఈ స్థితిలో వదిలి, తన స్వార్ధం కోసం తాను అమెరికా వెళ్లడం న్యాయం కాదు అని విజయ్ కి ఆ క్షణానికి అనిపించింది. ఇక మీద తన జీవితం తనది కాదు, ఇన్ని రోజులు శివయ్య గారు పోషించిన పాత్రలు తాను పోషించక తప్పదని విజయ్ కి అర్ధం అవుతుంది. మెల్లిగా తన జీవితం మీద తను హక్కు కోల్పోతున్నట్టు తెలుస్తుంది విజయ్ కి. తన కుటుంబం, తన ఊరి భవిష్యత్తు కోసం, తన భవిష్యత్తు ఆశలను చంపుకోవలసి వస్తుందని మెల్లిగా అంగీకరించక తప్పట్లేదు. తన తండ్రి పాత్ర తీసుకోవడం విజయ్ బాధ్యత. కానీ దానికి ఇంకొక అమ్మాయి జీవితం నష్టపోవడం సమంజసం కాదు అనిపించి తన బ్రతుకు తనకు నచ్చినట్టు స్నేహను బ్రతకనివ్వాలి అనుకున్నాడు.

****

ఒక రోజు, తన స్నేహితుడు సందీప్ విజయ్ దగ్గరికి వచ్చాడు.

'విజయ్, నువ్వు స్నేహ ని అవాయిడ్ చేస్తున్నావా!?' అన్నాడు అనుమానంగా.

'మా నాన్న లేకుండా నేను బ్రతక గలిగినపుడు, నేను లేకుండా స్నేహ కూడా బ్రతకగలదు. కొన్ని రోజులు బాధ కలిగినా, తరవాత తన ఆశల జీవితం సంతోషంగా బ్రతుకుతుంది. అమెరికా వెళ్ళాలి అని ఆశ పడుతున్న అమ్మాయిని మన ఊరిలో బ్రతకమనడం న్యాయం కాదు కదా.' అని తన ఆలోచన చెప్పాడు

'తొందర పడకు విజయ్. ఆ విషయం మళ్ళీ ఒక సారి ఆలోచించు.' చెప్పాడు సందీప్.

'లేదు రా.. ఇంకా తనకు ఆశలు పెట్టడం సరి కాదు. ఇలాగే దూరం పెంచేయడం మంచిది.' అన్నాడు నిర్ధారించుకున్నట్టు.

ఇక చేసేదేమీ లేక, నిశ్శబ్దంగా ఉండి పోయాడు సందీప్.

దగ్గరి బంధువులు అందరూ తనను నాన్న గారి మరణానంతరం వచ్చే ప్రభుత్వ ఉద్యోగం తీసుకొని, చేసుకుంటే, జీవితంలో స్థిరపడ్డట్టు ఉంటుంది అని చెప్పారు. స్థిరంగా ఒక జీతం వస్తుంటే చెల్లెళ్ళ పెళ్లిళ్లు సులువుగా అవుతాయని, తాను అదే ఊరిలో ఉంటూ, మిగతా పనులు, ఉన్న పొలం చూసుకుంటూ గడపడం ఒక్కటే ఉన్నవాటిలో ఉత్తమమని అమ్మ కూడా చెప్పడంతో, ఆ పరిస్థితుల్లో తనకు ఇంకొక అవకాశం ఉన్నట్టు కనిపించలేదు. దానికే విజయ్ ఒప్పుకోక తప్పలేదు. సునితని బి.ఎడ్ పూర్తి చేయించడం, వనితని డిగ్రీ కాలేజ్ చేర్పించి పంపించడం తన బాధ్యతగా పూర్తి చేశాడు.

శివయ్య గారి మంచితనం వల్ల, కొన్ని నెలల్లోనే తనకు తండ్రి ఉద్యోగం వచ్చేసింది. ఊహించని మార్పులను అంగీకరించడానికి మనసు ఒప్పుకోకపోవడంతో, ప్రాణం మాత్రం ఉన్న ఒక బొమ్మ లాగా, బాధ్యతలకు బంధీగా మారిన ఒక మరమనిషిలాగా బ్రతకుతూ ఉన్నాడు. చేరినప్పుడు నచ్చని ఉద్యోగమే అయినా, చేరినాక, పేద ప్రజలకు సహాయపడే అవకాశం కలిగినందుకు, సంతోషిస్తూ, తన వృత్తిని నిబద్ధతతో, తన నాన్న గారి పేరు ప్రతిష్టలకు భంగం కలగకుండా నిర్వహిస్తూ వచ్చాడు.

****

ఎన్నో సార్లు, కలిసే ప్రయత్నం చేసి, విజయ్ సహకరించకపోయే సరికి, ఒక సారి స్నేహని కచ్చితంగా కలవ వలసిందిగా విజయ్ కి తన స్నేహితులతో కబురు చేసింది. దానితో ఒక రోజు, గుడికి వెళ్లి స్నేహను కలిశాడు విజయ్.

విజయ్ ని చూడగానే స్నేహ ఒక్క సారిగా తన చెయ్యి పట్టుకొని ఏడిచింది. అప్పటికీ విజయ్ కళ్లల్లో కన్నీళ్లు రాలేదు. చలనం లేకుండా, ఒక మొద్దు లాగా ఉండిపోయాడు.

'అయితే, గవర్నమెంట్ జాబ్ జాయిన్ అయ్యావా విజయ్!?' అడిగింది స్నేహ

'అవును.. నాకు అంతకు మించి, మంచి ఆప్షన్ ఏమి కనిపించట్లేదు' అని చెప్పాడు.

'సరే.. నన్ను ఎందుకు దూరం పెడుతున్నావ్ విజయ్.' సూటిగా అడిగింది

'నా జీవితానికే ఏ భరోసా లేని స్థితిలో ఉన్నాను. ఇక ఎవరి జీవితానికి నేను భద్రత కల్పించలేను..' అన్నాడు నిస్సత్తువగా.

'అలా మాట్లాడకు విజయ్. మా ఇంట్లో నాకు సంబంధాలు చూస్తున్నారు. ఒక్క సారి నువ్వు వచ్చి మాట్లాడు. నేను ఎంత కాలం అయినా నీ కోసం ఎదురు చూస్తా. మీ చెల్లెళ్ళ పెళ్లిళ్లు అయ్యాకే మనం పెళ్లి చేసుకుందాం.' అంది స్నేహ దీనంగా.

'ఇది కాదు నువ్వు కోరుకుంది. నాకు తెలుసు నువ్వు అమెరికా వెళ్ళాలి అని ఎన్ని కలలు కన్నావో. ప్రేమ అని వేసుకున్న బంధానికి నీ భవిష్యత్తును బలి చేయకు.' అన్నాడు విజయ్

'నేను అంత కన్నా ఎక్కువ ఆశ పడ్డది నీతో కలిసి బ్రతకడం గురించి. కలలు కన్నది మనిద్దరం కలిసి ఉన్న భవిష్యత్తు గురించి' అంది ఆవేదనతో.

వెంటనే, బాధ ని కోపంగా మార్చి చూపించే ప్రయత్నం చేస్తూ, 'నీకు ఇంకా అర్థం కావట్లేదా!! నిన్ను పెళ్లి చేసుకోవాలి అని ఆశ పడ్డ విజయ్ ఎప్పుడో చచ్చిపోయాడు. అమెరికాలో ఎం.ఎస్ చేసి అక్కడ నీతో బ్రతుకు పంచుకుందాం అనుకున్న విజయ్ ఆ రోజే, వాళ్ళ నాన్న చితిలో కాలిపోయాడు. ఇప్పుడు నీ ముందు ఉన్నది, ఒక ఊరిలో, చిన్న ఉద్యోగం చేసుకుంటూ, తల్లిని చెల్లెళ్లను చూసుకోవడానికి మాత్రం బ్రతుకుతున్న ఒక సాధారణ మనిషి. నాతో నువ్వు సంతోషంగా బ్రతకలేవు. నా వల్ల నీ భవిష్యత్తును పాడు చేసుకోకు. ఒక కొత్త జీవితాన్ని ప్రారంభించు.. సంతోషంగా బ్రతుకు. నన్ను మర్చిపో..' అని చెప్పాడు.

ఆ మాటలకు స్నేహ, ఉక్కిరి బిక్కిరి అవుతున్నట్టు, కుమిలిపోతూ, 'అలా అనకు విజయ్. నీకు ఎంత టైం పడుతుందో చెప్పు. నేను ఎదురు చూస్తాను. ఇద్దరం కలిసి బ్రతుకు పంచుకోవాలి అని కన్న కలలను మరిచిపోకు. నువ్వు లేకుండా నేను బ్రతకలేను. చావైనా బ్రతుకైనా ఈ జన్మకు నీతోనే..' అంది స్నేహ ఎక్కి ఎక్కి ఏడుస్తూ.

స్నేహ అలా ఏడవడం విజయ్ చూడలేక పోతున్నాడు. ఆ బాధకి తానే కారణం అనే విషయం తట్టుకోలేక పోతున్నాడు. అయినా, గుండెని బండగా చేసుకొని,

'చెబితే అర్థం చేసుకోవా., నీ విజయ్ చచ్చిపోయాడు. బ్రతికి ఉన్న వాళ్లకే ఆశలు ఉంటాయి. అనవసరంగా నీ జీవితం కూడా పాడు చేసుకోకు. కొన్ని రోజుల్లో అంతా మామూలు అవుతుంది. నువ్వు ఎవరైనా మంచి వ్యక్తిని చూసి పెళ్లి చేసుకొని, నీ జీవితం సంతోషంగా గడుపు. నన్ను మర్చిపో. మళ్ళీ నాతో మాట్లాడడానికి ప్రయత్నించకు.' అని చెప్పి, అక్కడి నుండి వెళ్ళిపోయాడు.

"విజయ్.. విజయ్... అలా మాట్లాడకు.. చేయని తప్పుకు నాకు ఎందుకు ఈ శిక్ష.. అలా వెళ్లిపోకు.. నన్ను వదిలెయ్యకు.." అని తాను గుండెలవిసేలాగా అరుస్తున్నా, వెనక్కి తిరిగి చూస్తే, తాను ముందుకు వెళ్లలేదని తెలిసి, తిరిగి చూడకుండా వెళ్ళిపోయాడు విజయ్. స్నేహ పడుతున్న ఈ బాధ తాత్కాలికం, తను లేకుండానే స్నేహ జీవితం సుఖంగా ఉంటుంది అనే ఆలోచనతో, ఒక చెవిటి వాడిలా అక్కడ నుండి వెళ్లిపోయిన విజయ్, ఆ రోజు చేసింది తప్పో ఒప్పో అప్పుడు తెలుసుకోలేక పోయాడు..

****

ఎటువంటి గాయాన్నైనా మాన్పించగల శక్తి కాలానికి ఉంది అని నమ్ముతూ, విజయ్ తన కుటుంబ బాధ్యతలతో జీవితాన్ని గడపసాగాడు. విజయ్ తండ్రి చనిపోయిన ఏడాది తరవాత, వారి జీవితం అంతా దాదాపు సాధారణ స్థితికి చేరుకుంటుంది. విజయ్ తనను తాను ఏదో పనిలో నిమగ్నం చేసుకుంటూ ఉంటున్నాడు. అంతలో సునితకి డీ.ఎస్సి ద్వారా టీచర్ గా ఉద్యోగం వచ్చింది. విజయ్ ఆలస్యం చేయకుండా, సునిత కోసం ఒక మంచి సంబంధం చూసి, ఎంతో ఘనంగా, శివయ్య గారు లేని లోటు ఏ మాత్రం కనిపించకుండా వివాహం జరిపించాడు. సంవత్సర కాలం తరవాత విజయ్ మొహంలో మొదటి సారి మళ్ళీ కొంత ఆనందం అప్పుడే కనిపించింది. అప్పగింతలు, సాగనంపడం అయిపోయినాక, విజయ్, వనితని, దుర్గమ్మని తీసుకొని ఇంటికి చేరుకోగానే, సందీప్ వాళ్ళ ఇంటికి వచ్చాడు.

'విజయ్.. ఒక సారి బయటకు వెళ్దాం రా.' అన్నాడు. సందీప్ మొహం చూసి, ఏదో ముఖ్యమైన విషయమే అని అర్థం అయ్యి, సందీప్ తో బయటకు వెళ్ళాడు విజయ్.

'విజయ్.. ఘోరం జరిగిపోయింది రా.. నీకు ఎలా చెప్పాలో నాకు అర్థం కావట్లేదు..' అన్నాడు..

'సునిత పెళ్లి బాగా జరిగిందని సంతోషంగా ఉన్నా. పజిల్స్ ఇవ్వకుండా, ముందు ఏం అయిందో చెప్పు.' అన్నాడు విజయ్.

'స్నేహ ఆత్మ హత్య చేసుకుంది రా.' భయం భయంగా చెప్పాడు సందీప్.

ఆ మాట వినగానే, విజయ్ కాళ్ళ కింద నేల ఒక్క సారిగా కదిలినట్టు అనిపించింది. విజయ్ గుండె వేగం తనకు వినిపించే అంతగా పెరిగి కొట్టుకుంటుంది.

'ఏం మాట్లాడుతున్నావ్ రా. స్నేహ అంత పిచ్చిది కాదు. నన్ను బెదిరించడానికి ప్రయత్నిస్తుందా.. ఎక్కడ ఉంది ఇప్పుడు!?' అన్నాడు ధైర్యం కూడగట్టుకొని, కోపం చూపించే ప్రయత్నం చేస్తూ, అది అబద్ధం అవ్వాలి అనే ఆశతో.

'లేదు విజయ్. వాళ్ళ ఇంట్లో పెళ్లి చేసుకొమ్మని ఇబ్బంది పెడుతుంటే, గొడవ పడి, ఏం చేయలేక సూసైడ్ చేసుకుందట రా..' అన్నాడు గొంతులో దుఃఖం నిండి, కళ్ళ నుండి కన్నీరు జారుతుండగా.

ఒక్క సారిగా విజయ్ కాళ్ళల్లో పట్టు తప్పింది. కుప్ప కూలిపోతుండగా, సందీప్ పట్టుకొని, కుర్చీలో కూర్చోపెట్టాడు. విజయ్ చెయ్యి పట్టుకొని, 'ధైర్యంగా ఉండరా.. అమ్మ, చెల్లెళ్ళ గురించి ఆలోచించు. దయ చేసి అధైర్యపడకు..' అన్నాడు దగ్గరిగా పట్టుకుంటూ.

'స్నేహ ఇలాంటి పని చేస్తుందని అస్సలు ఊహించలేదు. కొద్ది రోజులు బాధ పడ్డా అన్నీ మరిచిపోయి తన జీవితం తాను బ్రతుకుతుంది అనుకున్నా. కానీ.. స్నేహ ఇలా చేయడం ఏంటి.. తన వల్ల అంత మంచి అమ్మాయి.. ఇలా అయిపోవడం ఏంటి.. స్నేహ కుటుంబానికి కలిగిన బాధకు బాధ్యుడు తానే కదా.. కొద్ది రోజుల తరవాత వచ్చి గట్టిగా అడిగితే తనే ఒప్పుకునేవాడేమో కదా.. తను మాత్రం స్నేహ

లేకుండా ఎలా బ్రతకగలడు.. అయ్యో.. దేవుడా...' విజయ్ గుండెల్లో ఆవేదన లావా లాగా పొంగుకొస్తుంది.

అసలు ఆ మాట విన్నాక కూడా తాను ఇంకా ఎలా బ్రతికి ఉన్నాడో అర్ధం కావట్లేదు విజయ్ కి. ఇంకా బ్రతికి ఉన్నందుకు, తన మీద తనకు అసహ్యం వేస్తుంది.

'చావైనా బ్రతుకైనా ఈ జన్మకు నీతోనే విజయ్' అని స్నేహ అన్న మాటలు విజయ్ చెవుల్లో మళ్ళీ మళ్ళీ మారుమోగుతున్నాయి.

విజయ్ కి గుండెల్లోంచి దుఃఖం ఎగిసిపడుతూ బయటకు వస్తుంది. వెంటనే, బైక్ కీస్ తీసుకొని బయటకు అడుగులు వేసాడు. వెనకే సందీప్, 'విజయ్.. ఎక్కడికి రా..' అంటుండగా, విజయ్ సమాధానం ఇవ్వకపోవడంతో, సందీప్ కూడా ఏం చేయాలో అర్ధం కాక, అటు ఇటు చూస్తూ, వెళ్లి బైక్ మీద కూర్చున్నాడు. అలాంటి పరిస్థితుల్లో విజయ్ ని ఒంటరిగా వదిలే ధైర్యం చేయలేక పోయాడు సందీప్. విజయ్ వేగంగా బైక్ నడుపుతున్నాడు. విజయ్ కళ్ళల్లో స్నేహ ఆలోచనలు.. తన చిలిపి కన్నులు, అల్లరి మాటలు.. ఇదే బైక్ నుండి ఆక్సిడెంట్ అయినప్పుడు,

'నన్ను ఎప్పటికి విడిచి వెళ్లకు విజయ్.. ఎప్పటికీ నీతోనే ఉండిపోతా విజయ్..' అని తను అన్న మాటలు..

ఎప్పటికీ తనతోనే ఉంటానని విజయ్ మాట ఇచ్చాడు. కానీ మాట నిలబెట్టుకోలేక పోయాడు. విజయ్ గుండెల్లో బరువుగా బాధగా, నొప్పిగా అనిపిస్తుంది. విజయ్ కళ్ళల్లో నుండి కన్నీటి ధార, గాలికి ఎగిరిపడుతుంది.

'విజయ్.. నీ తప్పేమీ లేదురా.. ఇలా అవుతుంది అని నువ్వు అనుకోలేదు. స్వార్ధం లేకుండా, నిన్ను నమ్ముకొని ఉన్న వాళ్ళ గురించి ఆలోచించావు. ప్లీజ్ విజయ్.. కామ్ డౌన్.. ' అని సందీప్ ఓదారుస్తున్నాడు.

బైక్ వేగంగా పొలం దగ్గరికి తీసుకెళ్లి, వాళ్ళ నాన్న సమాధి పక్కన ఆపాడు. సమాధి వద్దకు వెళ్లి, గట్టి గట్టిగా 'నాన్న.. స్నేహ నాన్న. నన్ను వదిలి ఎందుకు వెళ్లిపోయావు నాన్న. అయ్యో.. స్నేహా.. ఇలా చేసావేంటి స్నేహా. నేను ఇంకా ఎందుకు బ్రతికి ఉన్నా. భగవంతుడా.. ' అంటూ అరుస్తూ ఏడిచాడు.

కట్టలు తెంచుకున్న ఆ దుఃఖాన్ని ఆపడం సందీప్ వల్ల కాలేదు. ఆ విషాదపు సునామి ముగిసే వరకు, చూస్తూ ఉండడం, ఆ బాధతో, తానూ ఏడవడం, తన స్నేహితుడిని ఇంత బాధ పెడుతున్నందుకు ఆ దేవుడిని తిట్టుకోవడం తప్ప, విజయ్ ని ఆపే ధైర్యం చేయలేకపోయాడు సందీప్. ఆ ఏడుపుతో విజయ్ దుఃఖం తీరిపోతుంది అనుకున్నాడు, కానీ, అప్పటికే దాదాపు మరమనిషిలా మారిన విజయ్, ఇక నుండి ప్రాణం లేని శరీరంలాగా మిగిలిపోతాడు అనుకోలేదు.

ఒక రెండు గంటల సేపు, స్నేహతో తన జ్ఞాపకాలను, సందీప్ కి చెబుతూ, తన ఆవేదనను పంచుకొని, తల్లి, చెల్లి, ఊరు, సుకృత సంస్థ, అందరి కోసం తాను ప్రాణాలతో ఉండాలి అనే సంకల్పంతో, ధైర్యం కూడగట్టుకున్నాడు.

'సందీప్.. ఈ విషయం అమ్మ, చెల్లి వాళ్లకు చెప్పకురా. వాళ్ళు చాలా బాధ పడతారు. స్నేహ ఇలా అవ్వడానికి కారణం నేనే. ఆ బాధ అమ్మ వాళ్ళకు ఇవ్వాలని లేదు నాకు.' అని చెప్పాడు.

'సరే విజయ్. నువ్వు ఎలా చెబితే అలా. కానీ నువ్వు ధైర్యంగా ఉండరా. స్నేహ చేసిన పిచ్చి పని నువ్వు చేయకు.' అని చెప్పాడు సందీప్. 'ప్రాణం తీసుకోవడానికి ఇప్పుడు నాకు ఉంటే కదా.' అంటూ విజయ్ అక్కడి నుండి వెళ్ళిపోయాడు.

****

అలా ఊరిలో అందరి మన్ననలు పొందుతూ, శివయ్య గారు లేని లోటు తెలియనివ్వకుండా అందరిని చూసుకుంటూ ఉంటున్న విజయ్, కొద్ది రోజుల్లోనే, బంధువుల్లోనే ఒక మంచి పెళ్లి సంబంధం రావడంతో, వనితకి కూడా పెళ్లి జరిపించాలనుకున్నాడు.

'విజయ్.. ముందు నువ్వు పెళ్లి చేసుకో.. అప్పుడు నువ్వే చెల్లికి కన్యాదానం చేయొచ్చు కదా..' అంది దుర్గమ్మ.

'లేదమ్మా.. నా పెళ్లి గురించి ఇప్పుడు వద్దు.. పిన్ని వాళ్లే చిన్న చెల్లికి కూడా కన్యాదానం చేస్తారు లే.' అన్నాడు విజయ్.

'స్నేహ ఎందుకు ఈ మధ్య రావట్లేదు..? సునిత పెళ్లప్పుడు కూడా ఏదో పరీక్ష ఉంది అన్నావు.' అడిగింది అమ్మ.

'లేదమ్మా.. స్నేహ గురించి వదిలెయ్యి. ఇక తనకు మనకు సంబంధం లేదు.' చెప్పాడు విజయ్

'అయ్యో, అదేంటి బాబు అలా అంటున్నావు. తనే నా కోడలు అని నేను నిర్ణయించుకున్నా. ఏమైనా గొడవ పడ్డారా!?' అనుమానంగా అడిగింది.

'అదేం లేదమ్మా. ఆ విషయం ఇక మాట్లాడకు.' చిరాకు పడ్డాడు

'అలా అంటే ఎలా. నేను మాట్లాడతా స్నేహతో. చెప్పు ఏం జరిగిందో.!' నిలదీసింది.

'సరే, అయితే విను. స్నేహ పెళ్లి జరిగిపోయింది. మళ్ళీ ఆ అమ్మాయి గురించి అడగకు.' దుఃఖాన్ని దిగమింగుతూ అన్నాడు విజయ్.

'ఆ అమ్మాయి అలాంటిది కాదు. నిజం చెప్పు నువ్వే ఏదో చేసి ఉంటావు.' నమ్మకంతో నిలదీస్తున్నట్టు అంది దుర్గమ్మ.

'అమ్మా.. నీకు ఎలా చెప్పాలి. అవును. నేనే తనను వదిలేసాను. సరేనా.!' అని కోపంగా చెప్పి, అక్కడి నుండి వెళ్ళిపోయాడు విజయ్. ఇక చేసేది ఏమి లేక, నిశ్శబ్దంగా ఉండి పోయింది దుర్గమ్మ.

****

విజయ్ అనుకున్నట్టే, చిన్న చెల్లి పెళ్లి కూడా, ఘనంగా జరిపించాడు.

ఆ పెళ్లి తంతు అంత ముగిసినాక ఆ రోజు, బంధువుల్లో కొందరు, 'ఇక తరవాత విజయ్ పెళ్లే. మళ్ళీ అప్పుడే కలుస్తాం.' అంటూ మాట్లాడుకోవడం, విజయ్ ని చేసుకోబోయే అదృష్టవంతురాలు ఎవరో అని అనడం విన్న విజయ్, ఒక్క సారిగా మళ్ళీ స్నేహ జ్ఞాపకాలల్లోకి వెళ్ళిపోయి, తను జీవితంలో స్నేహను దూరం చేసుకొని చేసింది మంచి పనా లేక తప్పా అనే అంతర్మథనంలో, సందీప్ ని అమ్మ వాళ్ళతో ఇంటికి పంపించి, ఒంటరిగా పొలంలో తన తండ్రి సమాధి వద్ద కాసేపు సమయం గడిపి, తనను తాను ఓదార్చుకున్నాడు.

****

(ప్రస్తుతం..)

'విజయ్, ఇంత సేపు ఎక్కడికి వెళ్లావు.? పిన్ని వాళ్ళు ఇంత సేపు నీ కోసం చూసి, ఇప్పుడే ఇంటికి వెళ్లారు.' విజయ్ మొహం చూస్తూ అనుమానంగా అడిగింది దుర్గమ్మ.

'ఏం లేదు అమ్మ. అంత బాగానే జరిగింది కదా. నేను వెళ్లి పిన్నిని కలుస్తాను లే.' అన్నాడు విజయ్ కంగారుగా అడిగిన తల్లికి పట్టుకొని కూర్చోబెడుతూ.

'విజయ్, ఒక సారి ఇక్కడ కూర్చో.' ఆప్యాయంగా పక్కన కూర్చోపెట్టుకుంది.

'నాన్న గారు లేని లోటు లేకుండా అన్ని బాధ్యతలు చక్కగా నిర్వర్తిస్తున్నావు. నిన్ను చూస్తుంటే నాకు చాలా గర్వంగా ఉంది. ఇక నీకు పెళ్లి చేస్తే నాకు ఇక అన్ని బాధ్యతలు తీరిపోతాయి.' అంది ప్రేమగా.

ఆ మాటలకు అసహనంగా, 'నా పెళ్లి ఎప్పుడో అయిపోయింది అమ్మ. నేను మళ్ళీ పెళ్లి చేసుకోను.' అంటున్న కొడుకుని, భయంగా చూస్తూ,

'అవేం మాటలు విజయ్. నీకు ఘనంగా పెళ్లి జరిపించి, కోడలిని ఇంటికి తీసుకురావాలి కదా.' అంది తన ఆరాటం తెలుపుతూ.

'నేను మాట్లాడుతుంది సుకృత ట్రస్ట్ గురించి అమ్మ. ఇక నేను బ్రతికేది నాన్న గారి ఆశయం అయిన సుకృత ట్రస్ట్ కోసం. ఇంకెప్పుడు నన్ను పెళ్లి చేసుకొమ్మని అడగకు.' అన్నాడు.

'అదేంటి రా, అలా అంటావు. నీకు జీవితాంతం తోడుగా ఉండడానికి నీ మంచి చెడు చూసుకోవడానికి మంచి అమ్మాయిని చూసి పెళ్లి చేసుకోవాలి కదా.' అంది ఆరాటంగా.

'ఈ జన్మకి నాకు మళ్ళీ పెళ్లి జరగదు. అనవసరమైన ఆలోచనలు పెట్టుకోకు. దయచేసి నన్ను ఇలా బ్రతకనివ్వు.'

బాధగా చూస్తున్న తల్లి ముందు ఎక్కువ సేపు ఉండే ధైర్యం లేక, జారుతున్న కన్నీటిని ఎవరికీ కనిపించకుండా తుడుచుకుంటూ, 'నా స్నేహ నా జ్ఞాపకాలల్లో

పదిలంగా ఉంది. నా భవిష్యత్తు కోసం, నాన్న గారు ఇచ్చిన సుకృత ట్రస్ట్ ఉంది. జీవితానికి ఇంత కన్నా ఏమి కావాలి.' అనుకుంటూ గుడిలో స్నేహ నుదుటిన బొట్టు పెట్టిన క్షణం కళ్ళల్లో కదులుతుండగా, లేచి బయటకు అడుగులు వేసాడు.

****

రోజులో పడుకునే అయిదు ఆరు గంటలు కాక, మిగతా సమయమంతా, విజయ్ తన ఉద్యోగం, వ్యవసాయం, ఊరిలో సమస్యల పరిష్కారం, ట్రస్ట్ పనులు అంటూ, ఏదో ఒక పనిలో తనను తాను బిజీ గా పెట్టుకునే వాడు. తనను నమ్ముకున్న వారికి మెరుగైన జీవితం ఇవ్వడానికి అహర్నిశలు పాటుపడే వాడు. ఒక సంవత్సర కాలంలోనే, తొంబై వృద్ధులతో ఉన్న సుకృత ట్రస్ట్ ఇప్పుడు 'శివయ్యగారి సుకృత ట్రస్ట్' గా, రెండు వందల వృద్ధులకే కాక, వంద అనాథ పిల్లలకు ఆశ్రయం అయింది. ఎవరికి ఏ సమస్య వచ్చినా, వారికి అందుబాటులో విజయ్ తప్పకుండా ఉంటాడు అనే నమ్మకాన్ని అందరికి కలిగించాడు.

ఒక రోజు విజయ్ ట్రస్ట్ ఆఫీసులో కూర్చొని, ఉండగా, విజయ్ ని కలవడానికి స్నేహ వాళ్ళ అమ్మ, నాన్న వచ్చారు.

వాళ్ళను చూడగానే విజయ్ వెంటనే లేచి, వాళ్ళను లోపలికి తీసుకొని వచ్చి, కూర్చోపెట్టాడు.

'ఎలా ఉన్నావు విజయ్!?' అడిగింది స్నేహ తల్లి.

బలవంతంగా ఒక చిన్న నవ్వు నవ్వి.,

'మీరందరూ ఎలా ఉన్నారు!? ఆరోగ్యం బాగుందా!?' అడిగాడు విజయ్.

'ఒక్క కూతురు. చాలా తెలివైనది. చలాకీగా ఉండే అమ్మాయి. మంచి భవిష్యత్తు ఉంటుంది అనుకున్నాము. ఇలా జరుగుతుంది అనుకోలేదు.' అంది స్నేహ తల్లి.

కంట తడి పెట్టుకుంటున్న భార్యను ఓదారుస్తూ, స్నేహ తండ్రి,

'ఇప్పుడు బాధ పడి ఏమీ చేయలేము. మనము ఇంతే రాసి పెట్టుకొని వచ్చాము అనుకోవాలి.' అన్నాడు నిస్సహాయంగా.

ఏమీ మాట్లాడకుండా నిస్చేష్టుడిగా ఉండిపోయాడు విజయ్.

మళ్ళీ స్నేహ తండ్రే, 'మనం తన మనసుని పూర్తిగా అర్ధం చేసుకోలేకపోయాం. ఏడిస్తే తీరే దుక్ఖమా ఇది. ఊరుకో.' అన్నాడు భార్యని ఓదారుస్తూ.

'విజయ్.. స్నేహ లేకపోవడంతో, మేము ఇప్పుడు అనాధలం అయ్యాము. బంధువులు ఎందరు ఉన్నా, మాకు స్నేహ లేని లోటు ఎవరూ తీర్చరు. మేము చేసిన తప్పుకి ప్రయశ్చిత్తంగా అనుకో, లేదా ఇంక ఏమైనా అనుకో, మేము మా ఆస్తులన్నీ, మీ సుకృత ట్రస్ట్ పేరున రాసి, మా మిగిలిన జీవితం అంతా నీతోపాటు, ఈ ట్రస్ట్ లో బ్రతకాలి అని ఆశిస్తున్నాం. దాని గురించి మాట్లాడడానికి ఇవాళ వచ్చాము.' అన్నాడు.

''అదేంటండి, అలా అంటున్నారు. మీకు ఎందరో బంధువులు ఉన్నారు. మీరు సిటీలో ఎంతో ప్రశాంతమైన జీవితం గడపగలరు. ఈ ఊరిలో, ఇలా బ్రతకవలసిన అవసరం ఏం ఉంది.' అన్నాడు విజయ్.

'లేదు బాబు. నీ వల్ల, నా కూతురు అమెరికా వెళ్లలేకపోతే, ఏదో ఆనందాన్ని కోల్పోతుందేమో అనే అపోహతో, తనకు నిన్ను దూరం చేసి, తనని నేను శాశ్వతంగా దూరం చేసుకున్నా. ఆనందం అనేది ఉండే స్థలాన్ని బట్టి కాదు, తోడుగా ఉండే వ్యక్తులను బట్టి, వారికి మన మీద ఉన్న ప్రేమను బట్టి ఉంటుందని ఆలస్యంగా తెలుసుకున్నాను.' స్నేహ తల్లి గొంతులో దుఃఖం, ప్రాయశ్చిత్తం వినిపిస్తున్నాయి.

'ఇక మేము మా ఆస్తులు అంతస్తులు ఏమి చేసుకోవాలి. ప్రాణానికి ప్రాణంగా పెంచుకున్న స్నేహనే పోగొట్టుకున్నాక. మా జీవితాంతం ఇక నీతోనే, నీ ట్రస్ట్ సభ్యులుగా ఉంటాం. మా ఆస్తి కూడా నీ ద్వారా అర్హులకు ఉపయోగ పడే లాగా చూడు బాబు.' అన్నాడు స్నేహ తండ్రి.

విజయ్ కొద్ది సేపు, నిశ్శబ్దంగా ఉండి,

'సరే. మీరు ఎలా అంటే అలా. మళ్ళీ ఒక సారి ఆలోచించుకోండి. మీరు ఎప్పుడు మనసు మార్చుకున్నా నాకు నిర్మోహమాటంగా చెప్పండి. అప్పటి వరకు సంతోషంగా ఇక్కడ ఉండండి' అని చెప్పి, వారికి గది కేటాయించవలసిందిగా ఒక అబ్బాయికి అప్పచెప్పాడు. వాళ్లకు స్నేహని దూరం చేసిన పాపం, ఈ విధంగా అయినా కొంత తగ్గుతుందని ఆశపడుతూ, స్నేహ లేని లోటు, తన తల్లితండ్రులకు

లేకుండా చూసుకోవలసిన బాధ్యత తనది అని భావించాడు విజయ్. ఆ రోజు నుండి వాళ్ళ అన్ని అవసరాలు చూసుకుంటూ, ఒక కొడుకు లాగా వారి బాగోగులు చూసుకుంటున్నాడు విజయ్.

మనిషి ఉన్నా లేకపోయినా, తాను మంచితనంతో సంపాదించుకునే పేరు మాత్రమే శాశ్వతంగా మిగిలిపోతుంది. ప్రతి మనిషి 'తనకు తానే' అని అనుకుంటాడే కానీ, నిజానికి తన చుట్టూ ఉన్న "బంధాలకు బంధీ"గానే ఉంటాడు. దాని వల్ల కొన్ని సార్లు, తన జీవితంలో ఎన్నో ఆనందాలు కోల్పోతాడు కూడా.!!

****